KB127035

질의 응답으로 배우는
의·식·주
중심으로
한국 전통문화의 이해

# 질의 응답으로 배우는 한국 전통문화의 이해

초판인쇄    2019년 12월 3일
초판발행    2019년 12월 6일

지은이    HOÀNG THỊ YẾN (chủ biên), NGUYỄN THỊ NGUYỆT MINH, Oh Ja Kyung
편집      정두철, 오자경
디자인    진희정

제작지원    토픽코리아(TOPIK KOREA)

펴낸곳    (주)도서출판 참
펴낸이    오세형
등록일    2014.10.20. 제319 - 2014 - 52호
주소      서울시 동작구 사당로 188
전화      02-6294-5742
팩스      02-595-5749
홈페이지    www.chamkorean.com
블로그    blog.naver.com/cham_books
이메일    cham_books @ naver.com

ISBN    979-11-88572-17-5  93710

HOÀNG THỊ YẾN (chủ biên), NGUYỄN THỊ NGUYỆT MINH, Oh Ja Kyung

# 질의 응답으로 배우는 의·식·주 중심으로
# 한국 전통문화의 이해

## HỎI VÀ ĐÁP TÌM HIỂU
## VĂN HÓA TRUYỀN THỐNG HÀN QUỐC
### văn hóa ăn - mặc - ở

도서출판 참

# Lời nói đầu

Cuốn sách các bạn đang cầm trên tay là một thử nghiệm ban đầu của nhóm tác giả trong việc ứng dụng các kết quả nghiên cứu về Hành động hỏi tiếng Hàn[1] vào thực tiễn dạy và học tiếng Hàn, văn hóa Hàn Quốc tại Việt Nam. Chúng tôi hướng đến hai mục tiêu: i) Tăng cường năng lực thực hiện hành động ngôn từ (cụ thể là hành động hỏi) trong giao tiếp liên văn hóa; ii) Trau dồi vốn hiểu biết về văn hóa Hàn Quốc (cụ thể là đất nước, văn hóa ở, văn hóa ẩm thực, y phục truyền thống) cho người học. Đối tượng sử dụng cuốn sách là người Việt Nam học tiếng Hàn có trình độ tiếng Hàn từ sơ cấp 2 (tương đương trình độ A2) trở lên, thích hợp nhất là dành cho người học có trình độ trung cấp (tương đương trình độ B1, B2).

Trong khuôn khổ một cuốn sách nhỏ, chúng tôi tập trung vào 4 nội dung chính sau: i) Phần I giới thiệu về đất nước Hàn Quốc, ii) Phần II giới thiệu về văn hóa ở của Hàn Quốc; iii) Phần III giới thiệu về văn hóa ẩm thực của Hàn Quốc và iv) Phần IV giới thiệu về y phục truyền thống của người Hàn Quốc. Tổng cộng có 27 bài được phân bổ như sau: phần I, II và III mỗi phần gồm có 7 bài, phần IV có 6 bài. Các nội dung được chọn đưa vào bài học đáp ứng tiêu chí thiết thực và gần gũi, mang tính đặc trưng cho văn hóa dân tộc Hàn. Đây là cuốn sách tham khảo, được biên soạn để người học có thể tự học một mình hay theo cặp/nhóm. Bên cạnh đó, người dạy cũng có thể sử dụng cuốn sách như một giáo trình cho các khóa học ngắn hạn về văn hóa Hàn Quốc; dùng làm sách tham khảo, bổ trợ cho các nội dung liên quan trong các tiết học của môn Đất nước học Hàn Quốc, phiên dịch (chuyên đề văn hóa) trong chương trình cử nhân tiếng Hàn. Mục tiêu của cuốn sách là vừa tăng cường vốn từ vựng và hiểu biết về tri thức văn hóa Hàn Quốc, vừa rèn luyện và nâng cao kĩ năng nói, kĩ năng viết và kĩ năng dịch cho người học.

Chúng tôi cũng bổ sung thêm phần dịch tham khảo nội dung mỗi bài sang tiếng Việt nhằm giúp người học có cơ sở để đối chiếu, có căn cứ để đánh giá mức độ hiểu và năng lực biểu đạt ngôn ngữ của mình. Đây cũng chính là nội dung có thể sử dụng làm học liệu giúp người học rèn kĩ năng dịch nói

1   Hoàng Thị Yến, (2018), Nhà xuất bản Đại học Quốc gia Hà Nội

ngược, xuôi... Bên cạnh đó, danh mục từ vựng xếp theo thứ tự bảng chữ cái ở cuối sách giúp người sử dụng ghi nhớ vốn từ một cách hệ thống và tiện sử dụng khi tra cứu... Ngoài ra, ở một số bài, chúng tôi cung cấp thêm một số nội dung hoặc hình vẽ liên quan đến chủ đề bài học nhằm minh họa, khắc sâu hoặc mở rộng kiến thức tương ứng.

Để có thể đưa cuốn sách nhỏ này tới những người quan tâm, yêu mến tiếng Hàn và văn hóa Hàn Quốc, chúng tôi mất khá nhiều thời gian để chọn lọc và xử lí nội dung tư liệu cũng như thiết kế nội dung, cấu trúc của từng phần, từng bài. Chúng tôi xin chân thành cảm ơn thầy Park Tae Ho, cô Seo Bo Kyung đã có những ý kiến quí báu giúp hoàn thiện cuốn sách. Đặc biệt, xin cảm ơn Trung tâm ngoại ngữ VTOPIK và nhà xuất bản TOPIK KOREA đã tận tình giúp đỡ để khâu biên tập và xuất bản được thuận lợi và nhanh chóng.

Với vốn kiến thức khiêm tốn của người biên soạn về văn hóa Hàn Quốc, chúng tôi không có tham vọng mang đến cho người học một cuốn sách văn hóa Hàn Quốc mang tính chuyên môn sâu. Mục tiêu của cuốn sách chỉ đơn giản là cung cấp, chia sẻ cùng người học tiếng Hàn Quốc một tài liệu tham khảo về văn hóa (bước đầu ở phạm vi hẹp: văn hóa ăn, mặc, ở) của người Hàn Quốc được nhóm tác giả lĩnh hội, chọn lọc và tổng hợp, chỉnh lí và biên soạn. Người sử dụng sách sẽ tiếp nhận vốn kiến thức văn hóa này một cách tự nhiên thông qua việc thực hiện các kĩ năng đọc hiểu, kĩ năng giao tiếp khẩu ngữ hỏi và đáp, kĩ năng biểu đạt bút ngữ tiếng Hàn, kĩ năng dịch Hàn - Việt. Chắc chắn, cuốn sách ít nhiều còn tồn tại thiếu sót về nội dung và hình thức, rất mong nhận được ý kiến góp ý chân tình của các bạn.

Hà Nội, 2019

Nhóm tác giả

# 목차

Mục lục

# 제1부

## 한반도의 나라 – 한국

Đất nước ở bán đảo Triều Tiên

# 제1과

## 대한민국 Đại Hàn Dân Quốc

**1**
문 : 한국의 국호는 무엇이에요?
답 : 한국의 국호는 대한민국이에요.

**2**
문 : 한국은 어디에 있어요?
답 : 아시아의 동북쪽에 있어요.

**3**
문 : 한국의 인구는 얼마 정도예요?
답 : 한국의 인구는 5,200만명 정도예요.

**4**
문 : 한국의 면적은 어떻게 돼요?
답 : 한국의 면적은 10만2백㎢ 정도 돼요.

**5**
문 : 대한민국의 수도는 어디예요?
답 : 서울이에요.

**6**
문 : 한국은 몇 개의 도로 이루어져 있나요?
답 : 아홉 개로 이루어져 있어요. 경기도, 강원도, 충청북도, 충청남도, 전라북도, 전라남도, 경상북도, 경상남도 그리고 제주도예요.

**7**
문 : 한국의 유명한 산들은 무엇이 있어요?
답 : 한라산, 설악산, 지리산, 내장산, 속리산, 오대산 등이 있어요.

**8**
문 : 어떤 온천이 유명해요?
답 : 온양, 수안보, 부곡 등이 유명해요.

**9**
문 : 해운대, 경포대, 만리포 등이 한국의 유명한 해수욕장이에요?
답 : 네, 맞아요.

**10**
문 : 한국에는 어떤 명소들이 있나요?
답 : 용인의 민속촌, 경주의 불국사, 합천의 해인사, 순천의 송광사, 남원의 광한루 등 가볼 만한 명소들이 많아요.

친구와 같이 짝이 되어 대화하고 통역하십시오.

**1** Hỏi Quốc hiệu của Hàn Quốc là gì?
Đáp Quốc hiệu của Hàn Quốc là Đại Hàn Dân Quốc.

**2** Hỏi Thế Hàn Quốc ở đâu?
Đáp Hàn Quốc ở phía Đông Bắc của Châu Á.

**3** Hỏi Dân số của Hàn Quốc khoảng bao nhiêu?
Đáp Dân số của Hàn Quốc khoảng 52 triệu người.

**4** Hỏi Diện tích Hàn Quốc thế nào/bao nhiêu?
Đáp Diện tích Hàn Quốc khoảng 100.200km².

**5** Hỏi Thủ đô của Hàn Quốc ở đâu nhỉ?
Đáp Ở Seoul.

**6** Hỏi Hàn Quốc có bao nhiêu tỉnh?
Đáp Hàn Quốc có 9 tỉnh: Gyeonggi, Gangwon, Chungcheongnam, chungcheongbuk, Jeonlanam, Jeonlabuk, Gyeongsangbuk, Gyeongsangnam và đảo Jeju.

**7** Hỏi Những ngọn núi nổi tiếng của Hàn Quốc là gì?
Đáp Có núi Hanla, Seolak, Jiri, Naejang, Sokri, Odae...

**8** Hỏi Thế Hàn Quốc có suối nước nóng nào nổi tiếng?
Đáp Suối nước nóng Onyang, Suanbo, Bukok... rất nổi tiếng.

**9** Hỏi Haeundae, Gyeongpodae, Manripo... là các bãi tắm nổi tiếng của Hàn Quốc phải không?
Đáp Ừ, đúng vậy.

**10** Hỏi Ở Hàn Quốc có những danh lam thắng cảnh nào?
Đáp Hàn Quốc có nhiều danh thắng nổi tiếng nên đến tham quan như: Khu làng dân tộc ở Yongin, chùa Pulkuk ở Gyeongju, chùa Haein ở Hapcheon, chùa Songkwang ở Suncheon, lầu Gwanghan ở Namwon...

Luyện tập hội thoại và dịch nói theo cặp

# 대한민국

: 한국의 국호는 대한민국(Republic of Korea)이며 남한(South Korea)이라고도 불린다. 남북으로 길게 뻗은 반도와 3,200여 개의 섬으로 이루어져 있다. 중국, 일본 등과 함께 동아시아에 속하며 국기는 태극기, 국가는 애국가, 국화는 무궁화이다. 6·25전쟁 후 1953년 휴전협정을 체결하고 북한과 휴전 상태가 계속되고 있는 분단국가이다.

| | | | | |
|---|---|---|---|---|
| 국호 | quốc hiệu, tên nước | 설악산 | núi Seolak |
| 온천 | suối nước nóng | 속리산 | núi Sokri |
| 면적 | diện tích | 지리산 | núi Jiri |
| 명소 | địa danh nổi tiếng | 오대산 | núi Odae |
| 해수욕장 | bãi tắm | 온양 | suối nước nóng Onyang |
| 유명하다 | nổi tiếng | 해운대 | bãi biển Haeundae |
| 동북쪽 | phía đông bắc | 수안보 | suối nước nóng Suanbo |
| 비무장지대 | khu vực phi vũ trang | 경포대 | bãi biển Gyeongpodae |
| 인구 | dân số | 부곡 | suối nước nóng Bugok |
| -ㄹ 만하다 | đáng + V (Động từ) | 만리포 | bãi biển Malipo |
| **지명** | | 용인 | Yongin |
| 경상남도 | tỉnh Gyeongsangnam | 경주 | Gyeongju |
| 광한루 | lầu Gwanghan | 민속촌 | Làng dân tộc |
| 경기도 | tỉnh Gyeonggi | 불국사 | chùa Bulkuk |
| 경상북도 | tỉnh Gyeongsangbuk | 합천 | Hapcheon |
| 강원도 | tỉnh Gangwon | 순천 | Suncheon |
| 전라북도 | tỉnh Jeonlabuk | 해인사 | chùa Haein |
| 충청남도 | tỉnh Chungcheongnam | 송광사 | chùa Songgwang |
| 전라남도 | tỉnh Jeonlanam | 남원 | Namwon |
| 충청북도 | tỉnh Chungcheongbuk | | |
| 제주도 | đảo Jeju | | |
| 한라산 | núi Hanla | | |
| 내장산 | núi Naejang | | |

위의 대화를 참고하여 대한민국에 대해 소개하는 글을 써보십시오.

450

600

# 제2과

## 국화 – 무궁화 Quốc hoa - Hoa Mukung

**1** 문 : 한국의 국화는 무슨 꽃이에요?
답 : 한국의 국화는 무궁화예요.

**2** 문 : 무궁화는 다른 이름이 있다고 들었는데 무엇인가요?
답 : 평민의 꽃, 근화, 목근화라고도 불려요.

**3** 문 : 무궁화는 어떤 의미가 있나요?
답 : 무궁화는 한번만 피고 지는 것이 아니라 '끝없이 피는 꽃'이라는 뜻이에요.

**4** 문 : 무궁화는 언제부터 한반도에 있었나요?
답 : 기록상으로 1400년 전부터 한반도 전역에 많이 있었다고 해요.

**5** 문 : 무궁화의 모습은 어떠한가요?
답 : 무궁화는 작으면서 마른 나무예요.

**6** 문 : 무궁화는 왜 한국의 국화가 되었어요?
답 : 무궁화는 한민족의 정신을 상징하는 꽃이라는 말이 있기 때문이에요.

**7** 문 : 한민족은 어떤 민족이에요?
답 : 외세에게 항상 시달려 온 나라이지만 굴하지 않고 다시 일어서서 꿋꿋이 살아가는 민족이에요.

**8** 문 : 무궁화는 작으면서 마른 나무인데 한민족 정신을 상징하는 꽃이래요. 그 이유에 대해 좀 설명해 주시겠어요?
답 : 무궁화는 여름에서 가을을 걸쳐 약 100일 동안 화려한 꽃을 피우는 강한 생명력이 있는 꽃이기 때문이에요.

**9** 문 : 언제부터 한민족은 무궁화에 대한 관심이 생겼나요?
답 : 우리 민족은 무궁화를 고조선 이전부터 하늘나라의 꽃으로 귀하게 여겼어요.

**10** 문 : 그래요? 그런데 알고 싶은 것이 하나 더 있어요. 한국에서 무궁화를 많이 볼 수 있는 곳은 어디예요?
답 : 한국은 매년 8월 중순경 무궁화 축제를 개최해요. 그때 그곳에 가면 다양한 무궁화를 볼 수 있어요.

친구와 같이 짝이 되어 대화하고 통역하십시오.

**①** Hỏi Quốc hoa của Hàn Quốc là hoa gì?

Đáp Quốc hoa của Hàn Quốc là hoa mukung.

**②** Hỏi Nghe nói, hoa mukung còn có tên gọi khác, đó là gì vậy?

Đáp Nó cũng được gọi là hoa của mọi người dân, geunhwa hay mokgeunhwa.

**③** Hỏi Hoa mukung nghĩa là gì?

Đáp Hoa mukung có nghĩa là 'loài hoa nở vô cùng vô tận' chứ không phải chỉ nở 1 mùa rồi tàn.

**④** Hỏi Hoa mukung có ở Bán đảo Triều Tiên từ khi nào?

Đáp Theo ghi chép, hoa mukung đã xuất hiện ở khắp nơi trên bán đảo Triều Tiên từ khoảng 1400 năm trước.

**⑤** Hỏi Cây hoa mukung trông như thế nào?

Đáp Hoa mukung là loại cây thân nhỏ và mảnh.

**⑥** Hỏi Vì sao hoa mukung lại trở thành quốc hoa của Hàn Quốc?

Đáp Vì người ta cho rằng hoa mukung tượng trưng cho tinh thần của dân tộc Hàn.

**⑦** Hỏi Dân tộc Hàn là dân tộc như thế nào?

Đáp Tuy đất nước thường xuyên bị ngoại bang kéo đến xâm lược nhưng dân tộc Hàn là những người không chịu khuất phục mà luôn kiên cường bước tiếp.

**⑧** Hỏi Hoa mukung là loài cây nhỏ, thân mảnh nhưng lại là loài hoa thể hiện tinh thần của dân tộc Hàn. Bạn có thể giải thích cho tôi lí do là vì sao không?

Đáp Vì đó là loài hoa có sức sống mạnh mẽ, kiên trì ủ mình từ hè qua thu để rồi liên tục nở ra những bông hoa tươi đẹp trong suốt hơn 3 tháng.

**⑨** Hỏi Dân tộc Hàn bắt đầu quan tâm đến loài hoa này từ khi nào vậy?

Đáp Từ trước thời Choson cổ, người Hàn quốc chúng tôi đã quý trọng hoa mukung như loài hoa của thiên giới.

**⑩** Hỏi Thế ư? Tôi muốn hỏi thêm 1 điều nữa. Tại Hàn Quốc, ta có thể ngắm hoa mukung nhiều nhất là ở đâu?

Đáp Ở Hàn Quốc vào trung tuần tháng 8 hàng năm đều tổ chức Lễ hội hoa mukung. Nếu bạn đến các lễ hội vào dịp đó, bạn có thể chiêm ngưỡng rất nhiều loại hoa mukung.

# 무궁화

: 애국가 후렴에 '무궁화 삼천리 화려강산'이라는 구절을 넣으면서 한 민족을 상징하는 꽃이 되었다. 1년 내내 피고 지며 강항 생명력을 내 뿜는 무궁화는 인내와 끈기라는 한민족의 정신을 가장 잘 보여주는 꽃이라고 할 수 있다.

| | | | |
|---|---|---|---|
| 국화 | quốc hoa | 설명하다 | giải thích |
| 무궁화 | hoa mukung | 아름답다 | đẹp |
| 평민 | bình dân | 생명력 | sức sống |
| 의미/뜻 | ý nghĩa | 강하다 | mạnh mẽ |
| 끝없다 | không ngừng | 사랑을 주다 | dành/cho tình yêu |
| 피다 | nở | 기록 | ghi chép |
| 특징 | đặc trưng | 사랑하다 | yêu/yêu thương |
| 송이 | bông | 따르다 | theo |
| 지다 | héo/rũ/rơi | 하늘 나라 | thiên giới/nhà trời |
| 가지다 | có/mang | 고조선 | Choson cổ |
| 겉 | bên ngoài | 귀하다 | quí |
| 한민족 | dân tộc Hàn | 종류 | chủng loại/loại |
| 마르다 | gầy/khô | 여기다 | coi/xem như |
| 정신 | tinh thần | 농장 | nông trang |
| 상징하다 | tượng trưng | 매년 | hàng năm |
| 항상 | luôn luôn | 전국 | toàn quốc |
| 외세 | thế lực bên ngoài | 개최하다 | mở/tổ chức |
| 시달리다 | bị khổ/chịu khổ | | |
| 굴하다 | khuất phục | | |
| 일어서다 | đứng lên/đứng dậy | | |
| 꿋꿋이 | mạnh mẽ | | |
| 이유 | lí do | | |
| 살아가다 | sống | | |

# Số từ và cách sử dụng số từ

Số từ trong tiếng Hàn được chia thành hai loại: Từ thuần Hàn và từ gốc Hán được dùng để chỉ số lượng và chỉ số thứ tự. Số từ thuần Hàn dùng để đếm sự vật, người, chỉ giờ và giây, nói tuổi, đếm số lượng nhỏ. Số từ Hán Hàn dùng để chỉ ngày tháng năm, nói địa chỉ, số điện thoại, số phòng, giá cả, nói phút khi nói thời gian và đếm số lượng lớn.

## 1. Từ chỉ số lượng

### - Từ chỉ số lượng thuần Hàn:

Dùng để đếm số lượng của người/vật: 하나 một, 둘 hai, 셋 ba, 넷 bốn, 다섯 năm, 여섯 sáu, 일곱 bảy, 여덟 tám, 아홉 chín, 열 mười, 열 하나 mười một, 열 둘 mười hai, 열 다섯 mười năm, 열 아홉 mười chín, 스물 hai mươi, 서른 ba mươi, 마흔 bốn mươi, 쉰 năm mươi, 예순 sáu mươi, 일흔 bảy mươi, 여든 tám mươi, 아흔 chín mươi. Khi được dùng để chỉ số lượng tương đối, không chính xác thì hình thái của từ có biến đổi : 하나 둘 → 한두 - một hai; 둘 셋 → 두세 - hai ba ... Tương tự như vậy ta có: 서너 ba bốn, 네다섯/네댓 bốn năm, 대여섯 năm sáu, 예닐곱 sáu bảy, 일여덟/일고여덟 bảy tám, 여덟 아홉 tám chín, 아홉 열/아홉 내지 열 chín mười...

### - Từ chỉ số lượng thuần Hàn dùng để đếm tính ngày, ví dụ:

하루 một ngày, 이틀 hai ngày, 사흘 ba ngày, 나흘 bốn ngày, 닷새 năm ngày, 엿새 sáu ngày, 이레 bảy ngày, 여드레 tám ngày, 아흐레 chín ngày, 열흘 mười ngày, 열하루 mười một ngày, 열이틀 mười hai ngày, 열사흘 mười ba ngày, 열나흘 mười bốn ngày, 열닷새 (보름) mười lăm ngày, 열엿새 mười sáu ngày, 열이레 mười bảy ngày... 스무날 hai mươi ngày, 스무 하루 hai mươi mốt ngày, 스무 이틀 hai mươi hai ngày...

### - Từ chỉ số lượng gốc Hán:

Ngày 25/2/2000 → 2000년 2월 25일: 이천년 이월 이십오일; ngày 4/10/1997 → 1997년 10월 4일: 천구백 구십 칠년 시월 사일...Từ để đếm số lượng lớn như: 백 một trăm, 천 một nghìn, 만 một vạn, 십만 mười vạn, 백만 một triệu, 천만 mười triệu, 억 một trăm triệu, 십억 một tỷ...

## 2. Số thứ tự

### - Số thuần Hàn:

첫째/첫번째 Thứ nhất, 둘째/두번째 Thứ nhì/thứ hai, 셋째/세번째 Thứ ba ...

### - Số gốc Hán:

제 1과 Bài 1, 제2 과 Bài 2, 제3과 Bài 3 ...

위의 대화를 참고하여 한국의 국화에 대해 소개하는 글을 써넣십시오.

150

300

# 제3과

## 국기 – 태극기 Quốc kì - Cờ Thái cực

**1**
문 : 태극기는 언제 한국의 국기로 채택되었어요?
답 : 태극기가 국기로 채택된 것은 1883년 3월이에요.

**2**
문 : 태극기의 바탕은 무슨 색이에요?
답 : 태극기의 바탕은 흰색이에요.

**3**
문 : 태극기의 중앙은 어떻게 구성되어 있어요?
답 : 태극기의 중앙에는 태극 문양이 있고 네 모서리에는 건곤감리라는 네 괘가 있어요.

**4**
문 : 흰 색 바탕의 의미는 뭐예요?
답 : 흰 색 바탕은 밝음과 순수, 평화를 사랑하는 한국인의 마음을 상징해요.

**5**
문 : 태극문양은 어떤 의미를 가지고 있어요?
답 : 태극문양의 파랑과 빨강은 음과 양, 땅과 하늘을 상징하며 자연의 조화와
    한민족의 창조성을 의미해요.

**6**
문 : 태극기에 있는 건곤감리 4괘는 무슨 색깔이에요?.
답 : 태극기에 있는 건곤감리 4괘는 검정색이에요.

**7**
문 : 건곤감리 4괘는 무엇을 상징해요?
답 : 건괘는 하늘 – 정의를, 곤괘는 땅 – 풍요를, 감괘는 달과 물 – 지혜를,
    리괘는 해와 불 – 광명을 상징해요.

**8**
문 : 동양 철학에 따르면 우주는 무엇으로 구성되어 있어요?
답 : 동양 철학에 따르면 우주는 거대한 2개의 힘으로 구성되어 있어요.
    바로 음성적인 것과 양성적인 것이에요.

**9**
문 : 그럼 음과 양은 무엇을 상징해요?
답 : 음은 땅, 달, 밤, 물과 여성을 상징해요.
    그리고 양은 하늘, 태양, 낮, 불과 남성을 상징해요.

**10**
문 : 태극기 가운데에 있는 원은 어떤 특징을 가지고 있어요?
답 : 태극기 가운데의 원은 우주를 상징해요. 파랑과 빨강의 태극문양은 음·양이 서로 떨어져 살
    수 없다는 '불리성'을 말해주고 있어요.

친구와 같이 짝이 되어 대화하고 통역하십시오.

| | | |
|---|---|---|
| **1** | Hỏi | Cờ Thái cực được chọn là quốc kì của Hàn Quốc từ khi nào vậy? |
| | Đáp | Cờ Thái cực được chính thức chọn là quốc kì từ tháng 3 năm 1883. |
| **2** | Hỏi | Nền cờ màu gì thế? |
| | Đáp | Nền cờ màu trắng. |
| **3** | Hỏi | Phần trung tâm của lá cờ được trang trí thế nào? |
| | Đáp | Ở giữa lá cờ là hình vẽ vòng tròn thái cực, bốn góc vẽ bốn quẻ càn-khôn-khảm-ly. |
| **4** | Hỏi | Nền cờ màu trắng có ý nghĩa gì thế? |
| | Đáp | Nền cờ màu trắng tượng trưng cho sự trong sáng, thuần khiết và tình yêu hòa bình của người Hàn Quốc. |
| **5** | Hỏi | Vòng tròn thái cực có ý nghĩa gì? |
| | Đáp | Màu xanh và màu đỏ của vòng tròn thái cực tượng trưng cho âm và dương, mặt đất và bầu trời, nó thể hiện sự hài hòa của thế giới tự nhiên và tính sáng tạo của dân tộc Hàn. |
| **6** | Hỏi | 4 quẻ càn-khôn-khảm-ly trên cờ là màu gì? |
| | Đáp | 4 quẻ đều là màu đen. |
| **7** | Hỏi | Càn-khôn-khảm-ly tượng trưng cho điều gì? |
| | Đáp | Quẻ càn là trời, tượng trưng cho chính nghĩa; quẻ khôn là đất, tượng trưng cho sự sung túc; quẻ khảm là trăng và nước, tượng trưng cho trí tuệ; quẻ ly là mặt trời và lửa tượng trưng cho sự quang minh. |
| **8** | Hỏi | Theo triết học phương Đông thì vũ trụ được tạo nên bởi cái gì? |
| | Đáp | Theo triết học phương Đông thì vũ trụ được tạo thành bởi hai nguồn sức mạnh to lớn. Đó là tính âm và tính dương. |
| **9** | Hỏi | Tính âm và tính dương đó tượng trưng cho điều gì? |
| | Đáp | Tính âm tượng trưng cho mặt đất, mặt trăng, đêm tối, nước và nữ giới. Tính dương tượng trưng cho bầu trời, vầng thái dương, ban ngày, lửa và nam giới. |
| **10** | Hỏi | Vòng tròn ở giữa cờ Thái cực có mang đặc trưng gì không? |
| | Đáp | Vòng tròn ở giữa cờ tượng trưng cho vũ trụ. Vòng tròn thái cực được tạo bởi màu xanh và đỏ thể hiện tính 'bất ly' với nghĩa là âm dương tồn tại không thể tách rời nhau được. |

Luyện tập hội thoại và dịch nói theo cặp

# 태극기

: 한국의 국기 '태극기'는 흰색 바탕에 가운데 태극 문양과 네 모서리의 건곤감리(乾坤坎離) 4괘(四卦)로 구성되어 있다. 태극기의 흰색 바탕은 밝음과 순수, 가운데의 태극 문양은 음(陰 : 파랑)과 양(陽 : 빨강)의 조화를 나타낸다. 네 모서리의 4괘 건곤감리는 각각 하늘, 땅, 달과 물 그리고 해와 불을 상징한다.

| | | | |
|---|---|---|---|
| 태극기 | cờ Thái cực | 조화하다 | điều hòa/làm cho hài hòa |
| 색깔/색 | màu sắc/màu | 문양/무늬 | hoa văn |
| 국기 | quốc kì | 땅 | mặt đất |
| 흰색 | màu trắng | 검정색 | màu đen |
| 공인하다 | công nhận | 달 | mặt trăng |
| 중앙 | giữa/trung tâm | 정의하다 | chính nghĩa |
| 공인되다 | được công nhận | 낮 | ngày |
| 구성되다 | được cấu thành | 풍요하다 | phong phú/giàu có |
| 구성하다 | cấu thành/cấu trúc | 해 | mặt trời |
| 채택 | chọn | 지혜 | trí tuệ |
| 바탕 | nền | 불 | lửa |
| 사랑함 | tình yêu | 힘 | sức mạnh |
| 네 모서리 | 4 góc | 물 | nước |
| 괘 | quẻ | 동양 철학 | triết học phương Đông |
| 원 | vòng tròn | 거대하다 | to lớn |
| 건 | (quẻ ) càn (trời) | 우주 | vũ trụ |
| 순수함 | sự thuần khiết | 바로 | chính là |
| 곤 | (quẻ ) khôn (đất) | 양성적이다 | tính dương |
| 감 | (quẻ ) khảm (nước) | 음성적이다 | tính âm |
| 평화 | hòa bình/thái bình | 여성 | nữ giới |
| 리 | (quẻ ) ly (lửa) | 남성 | nam giới |
| 나타내다 | biểu đạt, thể hiện | 가운데 | giữa |
| 태극 문양 | vòng tròn thái cực | 완벽하다 | hoàn hảo/hoàn bích |
| 음 | âm | 균형되다 | cân bằng |
| 파랑 | màu xanh | 불리성 | tính gắn kết/không tách rời |
| 양 | dương | 하늘 | bầu trời |
| 빨강 | màu đỏ | 밤 | đêm |
| 대자연 | thế giới tự nhiên to lớn | | |
| 조화를 이루다 | tạo nên sự hài hòa | | |

위의 대화를 참고하여 태극기에 대해 소개하는 글을 써보십시오.

150

300

450

600

# 제4과

## 국가 – 애국가 Quốc ca - Bài ca yêu nước

**1** 문 : 한국의 국가는 한자어로 애국가라고 부르죠?
답 : 네, 맞아요. 애국가는 '나라를 사랑하는 노래' 라는 뜻인데 들어 본 적이 있나요?

**2** 문 : 물론이죠. 하지만 이해가 잘 안 가요. 애국가는 어떤 내용인가요?
답 : 나라를 사랑하는 정신을 일깨워주기 위한 노래예요.

**3** 문 : 애국가는 언제 만들었어요?
답 : 한반도의 외세의 침략으로 위기에 처해 있던 시기인데 1907년쯤으로 추정돼요.

**4** 문 : 그렇게 오래된 것이에요? 그런데 언제부터 한국의 국가로 정해졌나요?
답 : 1948년 대한민국 정부가 수립되면서 공식 행사에서 애국가가 불렸다.

**5** 문 : 애국가에 대해 좀 더 소개해 줄 수 있어요?
답 : 애국가는 4절로 구성되어 있고 각각 4행을 포함해요. 1절의 첫 2행은 동해물과 백두산이 마르고 닳을 만큼 긴 세월동안 하느님이 보호해 주셔서 우리 나라가 영원하기를 바란다는 말이에요.

**6** 문 : 다음 2행은 어떤 것인가요?
답 : 무궁화 꽃이 아름답게 피어 있는 3,000리에 걸친 이 땅에 대한 사람들이 대한 나라의 품에서 길이 보전하여 살리라는 뜻이에요.

**7** 문 : 와! 첫 두 행은 꽤 비장한데 다음 두 행은 따뜻한 느낌이 들었어요. 이를 보면 한민족의 역사가 길고 자연 풍경이 장엄하다면서 아름답다는 것을 알 수 있어요. 그런데 한민족은 하느님을 존경하죠?
답 : 네. 우리민족은 하느님을 믿고 사랑해요.

**8** 문 : 난 애국가의 나머지 3절도 궁금한데….
답 : 급하지 않게 조금씩 배우면 더 좋잖아요.

**9** 문 : 알겠어요. 아참! 애국가를 부를 때 주의할 점이 있나요?
답 : 예, 경건한 마음으로 부르고 애국가의 가사나 곡조를 변경하여 부르면 안 돼요.

**10** 문 : 예, 알겠어요. 나도 애국가를 잘 부를 수 있도록 열심히 연습해야겠어요.
답 : 이번 주말에 우리 노래방에 가서 같이 연습합시다.

친구와 같이 짝이 되어 대화하고 통역하십시오.

**1**
Hỏi   Quốc ca của Hàn Quốc phiên âm theo chữ Hán gọi là Ái Quốc ca phải không?
Đáp   Ừ, đúng rồi. Ái quốc ca có nghĩa là "Bài ca yêu nước", cậu nghe bao giờ chưa?

**2**
Hỏi   Tất nhiên là nghe rồi. Nhưng tôi không hiểu lắm. Bài Quốc ca có nội dung như thế nào?
Đáp   Đây là bài hát nhằm khơi dậy tinh thần yêu nước của người dân.

**3**
Hỏi   Bài quốc ca được sáng tác khi nào thế?
Đáp   Đó là thời kì bán đảo Triều Tiên bị rơi vào ách xâm lược của ngoại bang, đoán chừng khoảng năm 1907.

**4**
Hỏi   Lâu thế kia à? Nhưng nó được công nhận là quốc ca của Hàn Quốc từ khi nào?
Đáp   Theo tớ biết thì từ sau khi chính phủ Đại Hàn dân quốc được thành lập vào năm 1948, bài hát này đã được hát trong các sự kiện chính thức.

**5**
Hỏi   Cậu có thể giới thiệu thêm về bài quốc ca không?
Đáp   Bài quốc ca gồm bốn đoạn, mỗi đoạn 4 dòng. Hai dòng đầu của đoạn một là: Dù qua bao nhiêu thời gian, dù nước Biển Đông khô cạn hay núi Beakdu mòn đi, nhưng mong Chúa trời vẫn luôn phù hộ cho đất nước chúng ta trường tồn mãi mãi.

**6**
Hỏi   Còn nội dung ở hai dòng sau là gì?
Đáp   Trên mảnh đất kéo dài hơn 3000 dặm đầy hoa mukung nở rực rỡ, cuộc sống của những người con dân tộc Đại Hàn luôn được bảo vệ trong vòng tay của đất mẹ Đại Hàn.

**7**
Hỏi   Oa! Nếu như 2 dòng đầu gợi lên sự bi tráng thì hai dòng sau lại đem đến cảm giác ấm áp. Qua đó thấy được lịch sử lâu đời của dân tộc Hàn cùng với phong cảnh tự nhiên vừa hùng vĩ vừa tươi đẹp. Mà người Hàn Quốc tôn thờ Chúa Trời phải không nhỉ?
Đáp   Ừ. Dân tộc tôi tin và yêu Đức Chúa Trời.

**8**
Hỏi   Tôi cũng tò mò ba đoạn còn lại của bài quốc ca nữa⋯.
Đáp   Học từ từ từng chút một sẽ tốt hơn mà.

**9**
Hỏi   Tôi hiểu. À này! Khi hát quốc ca có điểm gì cần chú ý không thế?
Đáp   Có. Bạn phải hát trong tâm thế kính cẩn, nghiêm trang và không được thay đổi lời bài hát hay giai điệu của bài quốc ca.

**10**
Hỏi   Ừ, tôi biết rồi. Tôi sẽ luyện tập chăm chỉ để có thể hát được bài quốc ca.
Đáp   Cuối tuần này chúng ta cùng đến quán karaoke luyện hát đi.

Luyện tập hội thoại và dịch nói theo cặp

# 애국가

| 1절 | 동해 물과 백두산이 마르고 닳도록 / 하느님이 보우하사 우리나라 만세 |
|---|---|
|  | (후렴 điệp khúc) 무궁화 삼천리 화려 강산 / 대한 사람 대한으로 길이 보전하세 |
| 2절 | 남산 위에 저 소나무 철갑을 두른 듯 / 바람 서리 불변함은 우리 기상일세 |
|  | (후렴 điệp khúc) 무궁화 삼천리 화려 강산 / 대한 사람 대한으로 길이 보전하세 |
| 3절 | 가을 하늘 공활한데 높고 구름 없이 / 밝은 달은 우리 가슴 일편단심일세 |
|  | (후렴 điệp khúc)무궁화 삼천리 화려 강산 / 대한 사람 대한으로 길이 보전하세 |
| 4절 | 이 기상과 이맘으로 충성을 다하여 / 괴로우나 즐거우나 나라 사랑하세 |
|  | (후렴 điệp khúc)무궁화 삼천리 화려 강산 / 대한 사람 대한으로 길이 보전하세 |

| | | | |
|---|---|---|---|
| 위기 | nguy cơ | 대한 나라 | nước Đại Hàn |
| 일깨우다 | khơi dậy, đánh thức | 영원히 | vĩnh viễn, mãi mãi |
| 처해 있다 | ở vào, rơi vào | 대한 사람 | người Đại Hàn |
| 한반도 | bán đảo Hàn, bán đảo Triều Tiên | 보전하다 | bảo toàn |
| 추정되다 | được đoán/cho là | 품 | vòng tay |
| 오래되다 | được lâu | 살리다 | phát triển |
| 침략 | cuộc xâm lược | 웅대하다 | hùng vĩ |
| 정해지다 | được xác định/đặt ra | 장엄하다 | bi tráng |
| 침략하다 | xâm lược | 급하다 | gấp, vội |
| 수립하다 | thành lập/thiết lập | 궁금하다 | thắc mắc |
| 공식적이다 | tính chính thức | 곡조 | giai điệu, nhạc |
| 수립되다 | được thành lập/thiết lập | 경건하다 | kính cẩn/nghiêm trang |
| 공식 행사 | sự kiện chính thức | 가사 | lời bài hát, ca từ |
| 노래가 불리다 | được hát | 변경하다 | thay đổi |
| 동해물 | nước biển Đông | 주의하다 | chú ý |
| 마르다 | khô, cạn | 노래방 | quán hát, quán karaoke |
| 백두산 | núi Beakdu | 연습하다 | luyện tập |
| 닳다 | mòn | | |
| 행 | dòng, hàng | | |
| 문장 | câu | | |
| 포함되다 | được bao hàm | | |
| 세월 | tuế nguyệt, thời gian | | |
| 보호하다 | bảo hộ, bảo vệ | | |
| 이어가다 | tiếp nối, phát triển | | |
| 하느님 | Chúa trời | | |

# BẢN DỊCH THAM KHẢO

## I. Bản dịch 1

1. Chúa Trời sẽ luôn luôn bảo vệ cho chúng ta dẫu biển Đông có khô cạn và núi Baekdu có mòn đi. Tổ quốc ta muôn năm!

2. Giống như cây thông trên đỉnh Nam San kia vững vàng tấm giáp trụ, dù gió bão có thét gào nhưng vẫn hiên ngang đón nhận.

3. Trời thu trong xanh cao vời vợi, không gợn một bóng mây. Và trăng sáng trong tim ta vẫn vẹn nguyên một tấm lòng son sắt.

4. Hãy trao lòng trung thành của chúng ta cho Tổ quốc bằng trọn vẹn ý chia và tâm thế, hãy yêu đất nước dù trong gian lao hay hạnh phúc.

**(Điệp khúc)**

Giang sơn hoa lệ ba ngàn dặm trải đầy hoa mukung, hãy chung tay gìn giữ con đường của người dân Hàn Quốc và đất nước Hàn Quốc vĩ đại.

## II. Bản dịch 2

1. Dù cho nước Đông Hải khô cạn, núi Bạch Đầu có mòn Trời cao sẽ bảo vệ chúng ta, Tổ quốc muôn năm!

2. Cây thông kia trên núi Nam Sơn không lay chuyển Trong gió sương như thể được mang giáp, tinh thần quật khởi của chúng ta cũng thế.

3. Trời thu trong xanh cao vời vợi, không một áng mây, Ánh trăng sáng trong tim chúng ta vẫn vẹn nguyên một hình hài.

4. Với tinh thần và trí tuệ, chúng ta hãy hết lòng trung thành, Yêu Tổ quốc dù trong gian lao hay hạnh phúc.

**(Điệp khúc)**

Hoa Mu Gung nở khắp giang sơn hoa lệ ba nghìn dặm.
Người Đại Hàn sẽ mãi đi trên con đường Đại Hàn và bảo toàn chân lý của dân tộc chúng ta[2].

위의 대화를 참고하여 애국가에 대해 소개하는 글을 써보십시오.

150

300

# 한글과 세종대왕 Chữ Hangul và vua Sejong

**1** 문 : 한글은 누가 만들었어요?
답 : 한글은 세종대왕과 집현전 학자들이 만들었어요.

**2** 문 : 한글은 언제 반포되었어요?
답 : 1443년에 완성하고 1446년에 반포되었어요.

**3** 문 : 세종대왕은 누구예요?
답 : 세종대왕은 조선 시대 네 번째 왕인데 태종의 셋째 아들이에요.

**4** 문 : 그가 많은 업적을 이루었다고 들었는데 그 말이 사실이에요?
답 : 맞아요. 세종대왕은 한글뿐만 아니라 측우기, 혼천의, 해시계, 물시계 등 여러 가지 과학 기구를 제작하게 했어요.

**5** 문 : 그러면 한글은 어떻게 구성되어 있어요?
답 : 한글은 모음과 자음으로 구성되어 있어요.

**6** 문 : 모음은 어떻게 만들었어요?
답 : 모음은 천지인의 모양을 본떴는데 즉 하늘, 땅, 사람을 보고 만들었어요.

**7** 문 : 자음은요?
답 : 자음은 발음 기관인 입술과 혀, 목구멍과 이를 보고 만들었어요.

**8** 문 : 그럼 자음은 몇 개, 모음은 몇 개예요?
답 : 자음은 19개, 모음은 21개예요.

**9** 문 : 왜 한글로 불렸어요?
답 : "큰 글자, 바른 글자"라는 뜻으로 쓰여서 한글로 불리지요. 하지만 처음에는 훈민정음으로 불렸어요.

**10** 문 : 훈민정음은 무슨 뜻이에요?
답 : 훈민정음은 "백성을 가르치는 바른 소리"라는 뜻이에요.

친구와 같이 짝이 되어 대화하고 통역하십시오.

**①**
Hỏi    Ai đã sáng tạo ra chữ Hangul thế bạn?
Đáp    Chữ Hangul là do vua Sejong và các học giả ở Tập hiền điện sáng tạo ra.

**②**
Hỏi    Bảng chữ Hangul được ban bố khi nào vậy?
Đáp    Chữ Hangul được hoàn thành vào năm 1443 và được ban bố vào năm 1446.

**③**
Hỏi    Vua Sejong là ai vậy?
Đáp    Vua Sejong là vua đời thứ 4 của triều đại Choson, con trai thứ 3 của vua Taejong.

**④**
Hỏi    Nghe nói vua Sejong đã tạo ra nhiều công trình giá trị, điều đó có thật không?
Đáp    Đúng vậy. Ông ấy không chỉ tạo ra chữ Hangul mà còn chế tạo ra nhiều khí cụ khoa học khác như máy đo lượng nước mưa, kính thiên văn, đồng hồ mặt trời, đồng hồ nước….

**⑤**
Hỏi    Vậy chữ Hangul đã được làm ra như thế nào?
Đáp    Bảng chữ Hangul được tạo nên bởi hệ thống nguyên âm và phụ âm.

**⑥**
Hỏi    Nguyên âm được tạo ra như thế nào?
Đáp    Nguyên âm được tạo nên nhờ mô phỏng hình dáng của 3 yếu tố Thiên-địa-nhân, tức là bắt chước hình dáng của bầu trời, mặt đất và con người.

**⑦**
Hỏi    Còn phụ âm?
Đáp    Phụ âm được tạo bằng cách mô phỏng hình dạng của các cơ quan phát âm là môi, lưỡi, cổ họng và răng.

**⑧**
Hỏi    Vậy có bao nhiêu phụ âm và nguyên âm?
Đáp    Có 19 phụ âm và 21 nguyên âm.

**⑨**
Hỏi    Tại sao lại đặt tên là Hangul?
Đáp    Vì nó có ý nghĩa là "chữ lớn, chữ chuẩn" nên mới gọi là Hangul. Nhưng thực ra, ban đầu bảng chữ được gọi là Huấn dân chính âm cơ.

**⑩**
Hỏi    Thế Huấn dân chính âm nghĩa là gì?
Đáp    Huấn dân chính âm có nghĩa là "tiếng chuẩn dạy cho bách tính".

Luyện tập hội thoại và dịch nói theo cặp

| 조선시대 | thời đại Choson | | 목구멍 | họng |
|---|---|---|---|---|
| 태종 | vua Taejong | | 글자 | chữ |
| 만들다 | làm/ tạo ra | | 바르다 | đúng/chuẩn |
| 그러면 | nếu thế/nếu vậy | | 바른 글자 | chữ đúng/chữ chuẩn |
| 완성하다 | hoàn thành | | 바른 소리 | tiếng chuẩn/âm chuẩn |
| 측우기 | máy đo lượng nước mưa | | 백성 | dân chúng |
| 반포되다 | được ban bố | | 훈민정음 | Huấn dân chính âm |
| 제작하다 | chế tạo | | 불리다 | được gọi |
| 혼천의 | kính thiên văn | | 옛날 | ngày xưa |
| 해시계 | đồng hồ mặt trời | | 가르치다 | dạy/bảo |
| 과학 기구 | khí cụ khoa học | | 크다 | to/lớn |
| 업적 | thành tựu | | 발음기관 | cơ quan phát âm |
| 물시계 | đồng hồ nước | | 본뜨다 | mô phỏng |
| 이루다 | hoàn thành/đạt được | | | |
| 자음 | phụ âm | | | |
| 모음 | nguyên âm | | | |
| 천지인 | thiên-địa-nhân | | | |
| 모양 | hình dạng | | | |
| 의하다 | dựa vào | | | |
| 입술 | môi | | | |
| 사람 | con người | | | |
| 혀 | lưỡi | | | |
| 이 | Răng | | | |

# 세종대왕

: 조선시대 4대 왕인 세종대왕의 가장 큰 업적은 1443년에 우리 고유의 문자인 '한글'을 창제한 것이다. 세종대왕은 한글뿐만 아니라 과학 기술에도 관심이 많아 측우기, 혼천의, 해시계, 물시계 등 여러 과학 기구의 발전에도 기여하였다. 한국인이 가장 존경하는 인물로 손꼽히는 세종대왕은 만 원짜리 지폐에 얼굴이 그려져 있다.

위의 대화를 참고하여 한글과 세종대왕에 대해 소개하는 글을 써넣십시오.

150

300

450

600

# 제6과

## 화폐 Tiền tệ

**1** 문 : 한국 화폐 단위가 어떻게 돼요?
답 : '원'이에요.

**2** 문 : 현재 한국에서는 지폐만 사용해요?
답 : 아니요. 동전도 사용해요.

**3** 문 : 동전의 종류가 다양한가요?
답 : 매우 다양해요. 10원짜리, 50원짜리, 100원짜리, 500원짜리 네 가지가 있어요. 예전에는 1원짜리, 5원짜리도 있었지만 현재 사용하지 않는 화폐 단위예요.

**4** 문 : 지폐의 종류는 어떻게 돼요?
답 : 지폐는 1,000원짜리, 5,000원짜리, 10,000원짜리, 그리고 50,000원짜리 네 종류가 있어요.

**5** 문 : 한국 화폐는 어떤 특징이 있어요?
답 : 한국 화폐의 앞면에는 한국을 대표하는 인물이나 동·식물, 유물이 있어요.

**6** 문 : 궁금해 죽겠어요! 한국 화폐에 대하여 좀 더 설명해주시겠어요?
답 : 1원짜리 동전에는 무궁화, 5원짜리 동전에는 거북선, 10원짜리 동전에는 다보탑, 50원짜리 동전에는 벼, 100원짜리 동전에는 이순신 장군, 500원짜리 동전에는 학이 있어요.

**7** 문 : 그러면 지폐에는 무엇이 그려져 있어요?
답 : 1,000원짜리 지폐에는 조선시대의 학자 이황, 5,000원짜리 지폐에는 역시 조선시대의 학자인 이율곡의 얼굴이 있어요.

**8** 문 : 10,000원짜리 지폐에는 한글을 만든 세종대왕이 있나요?
답 : 맞아요.

**9** 문 : 50,000원짜리 지폐에는 아마 한국의 매우 훌륭한 인물이 등장하겠지요?
답 : 50,000원짜리 지폐에는 한국의 전통적인 현모양처인 신사임당의 얼굴이 그려져 있어요. 신사임당은 바로 이율곡 학자의 모친이에요.

**10** 문 : 뭐라고요? 이율곡과 그의 어머니 신사임당 모두 한국 지폐에 있네요?
답 : 네, 그 분들이 한국의 유명한 인물들이잖아요.

친구와 같이 짝이 되어 대화하고 통역하십시오.

**1** Hỏi Đơn vị tiền tệ của Hàn Quốc là gì?

Đáp Là đồng won.

**2** Hỏi Hiện giờ, Hàn Quốc chỉ sử dụng tiền giấy thôi phải không?

Đáp Không. Hàn Quốc dùng cả tiền xu nữa.

**3** Hỏi Có nhiều loại tiền xu không?

Đáp Rất đa dạng. Có 4 loại là đồng 10 won, 50 won, 100 won, 500 won. Trước đây cũng có đồng 1 won, 5 won nhưng hiện không dùng nữa.

**4** Hỏi Các loại tiền giấy thì thế nào?

Đáp Có 4 loại tiền giấy là tờ 1000 won, 5000 won, 10000 won và 50000 won.

**5** Hỏi Tiền của Hàn Quốc có đặc trưng gì thế?

Đáp Ở mặt trước của tiền Hàn Quốc thường vẽ hình của các nhân vật tiêu biểu của Hàn Quốc, hình ảnh các loài động thực vật hay các di sản của Hàn Quốc.

**6** Hỏi Tò mò quá đi! Bạn có thể giải thích kĩ hơn cho mình được không?

Đáp Ở đồng 1 won có hình hoa mukung, đồng 5 won có hình thuyền rùa, đồng 10 won có hình Đa bảo tháp, đồng 50 won có hình bông lúa, đồng 100 won có hình tướng quân Yi Sun-sin, đồng 500 won có khắc. con hạc.

**7** Hỏi Thế trên tiền giấy vẽ hình gì?

Đáp Trên tờ 1000 won có hình của học giả Lee Hwang thuộc triều đại Choson, trên tờ 5000 won có hình ông Lee Yul Gok, cũng là học giả của triều Choson.

**8** Hỏi Có phải trên tờ 10.000 won có hình vua Sejong, người đã sáng tạo ra Hangul không?

Đáp Đúng đấy.

**9** Hỏi Vậy trên tờ 50,000 won chắc phải là một nhân vật vô cùng nổi tiếng của Hàn Quốc đúng không?

Đáp Trên tờ 50,000 won in hình Shin Sa Im Dang - người được coi là tấm gương hiền mẫu lương thê theo truyền thống của Hàn Quốc. Bà ấy cũng chính là mẹ của học giả Lee Yul Gok đấy.

**10** Hỏi Sao cơ? Cậu nói là cả Lee Yul Gok và mẹ của ông ấy đều được in trên tờ tiền của Hàn Quốc hay sao?

Đáp Ừ. Hai mẹ con họ đều là những nhân vật nổi tiếng của Hàn Quốc mà.

Luyện tập hội thoại và dịch nói theo cặp

# 동전과 지폐

: 한국의 지폐와 동전에는 한국을 대표하는 인물이나 동·식물 그리고 유물이 그려져 있다. 천 원짜리 지폐에는 이황, 오천 원짜리 지폐에는 이율곡, 만 원짜리 지폐에는 세종대왕의 얼굴이 그려져 있다. 오만 원짜리에는 유일하게 여성 인물인 신사임당이 그려져 있는데 바로 이율곡의 어머니이다. 기회가 된다면 이 인물들에 얽힌 책을 읽어보는 것도 좋겠다.

| | | | |
|---|---|---|---|
| 화폐 | tiền tệ | 유물 | di vật/di sản |
| 지폐 | tiền giấy | 다보탑 | Đa bảo tháp |
| 원 | won | 학 | con hạc |
| 현재 | hiện tại | 역시 | cũng/quả thật |
| 사용하다 | sử dụng | 이순신 장군 | tướng quân Yi Sun-sin |
| 사용되다 | được sử dụng | 학자 이황 | học giả Lee Hwang |
| 동전 | tiền xu | 등장하다 | xuất hiện |
| 종류 | chủng loại | 사진 | ảnh |
| 다양하다 | đa dạng | 이율곡 | Lee Yun Gok (tên) |
| 매우 | rất | 아마 | có lẽ |
| -짜리 | mệnh giá | 훌륭하다 | tuyệt vời |
| 어떻다 | như thế nào | 신사임당 | Shin Sa Im Dang (tên hiệu) |
| 나오다 | xuất hiện | 얼굴 | khuôn mặt |
| 대표하다 | tiêu biểu/đại diện | 인물 | nhân vật |
| 인물 | nhân vật | 모자 | mẫu tử (mẹ và con) |
| 동물 | động vật | 전통적이다 | tính truyền thống |
| 그리다 | vẽ | 명 | người (đơn vị đếm) |
| 식물 | thực vật | 유명하다 | nổi tiếng |
| 궁금하다 | tò mò | 거북선 | thuyền rùa |
| 설명하다 | giải thích | 단위 | đơn vị |
| 궁금해 죽겠어요! | tò mò quá đi! | | |
| 현모양처 | hiền mẫu lương thê | | |
| 에 대하다 | về/đối với | | |
| 벼 | lúa | | |

# 단위사 Từ đơn vị/Loại từ

| Từ đơn vị | Nghĩa | Ví dụ | Từ đơn vị | Nghĩa | Ví dụ |
|---|---|---|---|---|---|
| 개 | cái/con/chiếc | 사과 열 개 | 벌 | bộ | 옷 한 벌 |
| 개비 | điếu | 담배 두 개비 | 병 | chai | 물 세 병 |
| 곡 | bài (hát) | 노래 한 곡 | 분 | người/vị | 선생 세 분 |
| 과 | bài (học) | 첫 두 과 | 송이 | bông/nải | 꽃 두 송이 |
| 권 | cuốn/quyển | 책 한 권 | 쌍 | cặp/đôi | 젓가락 한 쌍 |
| 그루 | gốc/cây | 나무 두 그루 | 옴큼 | nắm/vốc | 콩 한 옴큼 |
| 다발 | lẵng/giỏ | 꽃 한 다발 | 자루 | cây/cái (bút) | 볼펜 한 자루 |
| 단 | bó | 파 한 단 | 잔 | chén/cốc/ly | 술 한 잔 |
| 대 | chiếc/cái (máy móc) | 냉장고 한 대 | 장 | tờ/cái (có mặt phẳng) | 종이 두 장 |
| 마디 | lời/tiếng | 말 한 마디 | 채 | tòa/ngôi | 건물 두 채 |
| 마리 | con (vật) | 개 한 마리 | 척 | con/cái (thuyền, tàu) | 배 한 척 |
| 매 | tấm | 사진 두 매 | 켤레 | đôi | 신발 두 켤레 |
| 명 | người | 사람 두 명 | 타래 | cuộn/bó | 실 한 타래 |
| 모 | bìa | 두부 두 모 | 통 | bức/lá | 편지 한 통 |
| 모금 | ngụm/miếng | 물 한 모금 | 통 | quả (quả to, nhiều nước) | 수박 한 통 |
| 박스 | hộp/thùng | 배 한 박스 | 포기 | cây/khóm/gốc | 배추 한 포기 |
| | | | 푼 | xu/cắc /đồng | (동전) 한 푼 |

위의 대화를 참고하여 한국의 화폐에 대해 소개하는 글을 써보십시오.

150

300

# 제7과

## 날씨 Thời tiết

**1** 문 : 한국의 날씨가 어때요?
답 : 사계절인데 봄, 여름, 가을, 겨울이 있어요. 계절마다 날씨가 달라요.

**2** 문 : 한국인들이 계절에 따라 놀러가거나 다른 취미활동을 즐겨요?
답 : 그래요.

**3** 문 : 봄의 특징은 어때요?
답 : 봄에는 날씨가 따뜻하여 새싹이 여기저기 돋고 꽃이 많이 펴요.
경치가 매우 아름다워요.

**4** 문 : 봄에 한국 사람들은 무엇을 해요?
답 : 봄이 되면 한국 사람들이 산이나 들로 소풍을 가거나 꽃을 구경하러 가요.

**5** 문 : 한국의 여름은 많이 더워요?
답 : 예, 베트남 여름만큼 덥지는 않지만 많이 더워요.

**6** 문 : 그래서 여름이 오면 대부분의 직장인들이 휴가를 떠나는군요!
답 : 네, 맞아요.

**7** 문 : 한국에서 피서지로 가장 사랑 받는 곳은 어디예요?
답 : 동해안의 해수욕장이나 설악산, 제주도 등과 같은 곳들이 인기가 많은 피서지로
유명해요.

**8** 문 : 가을에 한국 사람들은 보통 뭘 해요?
답 : 많은 이들이 독서를 즐겨요. 그런데 등산과 단풍놀이를 즐기는 사람들도 적지 않아요.

**9** 문 : 저도 단풍이 아름답게 물든 산에 반했어요. 한국에서 어느 산이 단풍으로 유명해요?
답 : 설악산과 내장산 등이 단풍으로 유명한 곳이에요.

**10** 문 : 겨울에는 눈이 많이 온다고 들었는데 정말이에요?
답 : 예, 겨울에는 날씨가 추워서 눈이 많이 오니까 사람들이 스키나 스노보드를 타는 것을 즐겨
요. 눈싸움하거나 눈사람을 만드는 것도 재미있고요.

친구와 같이 짝이 되어 대화하고 통역하십시오.

| | | |
|---|---|---|
| ① | Hỏi | Thời tiết của Hàn Quốc như thế nào? |
| | Đáp | Hàn Quốc có bốn mùa gồm xuân, hạ, thu, đông. Thời tiết thay đổi theo từng mùa. |
| ② | Hỏi | Người Hàn Quốc thường đi chơi hoặc có những hoạt động theo sở thích phù hợp với từng mùa phải không? |
| | Đáp | Đúng vậy. |
| ③ | Hỏi | Đặc trưng của mùa xuân là gì thế? |
| | Đáp | Mùa xuân ấm áp nên cây cối đâm chồi nẩy lộc, hoa nở khắp nơi. Phong cảnh rất tươi đẹp. |
| ④ | Hỏi | Mùa xuân người Hàn Quốc thường làm gì? |
| | Đáp | Xuân đến, người Hàn Quốc thường đi dã ngoại ở trên núi, trên cánh đồng hoặc đi ngắm hoa. |
| ⑤ | Hỏi | Mùa hè của Hàn Quốc nóng lắm phải không? |
| | Đáp | Ừ, không nóng như mùa hè của Việt Nam nhưng cũng nóng lắm. |
| ⑥ | Hỏi | Có phải vì thế nên cứ đến hè là phần lớn dân công sở đều đi nghỉ dưỡng không? |
| | Đáp | Ừ, đúng vậy. |
| ⑦ | Hỏi | Ở Hàn Quốc, nơi nghỉ mát được yêu thích nhất là ở đâu vậy? |
| | Đáp | Những nơi như là các bãi tắm ven bờ biển phía Đông hay là núi Seorak, đảo Jeju... đều nổi tiếng là nơi nghỉ mát được nhiều người yêu thích. |
| ⑧ | Hỏi | Vào mùa thu thì người Hàn Quốc thường làm gì? |
| | Đáp | Có nhiều người có thú vui đọc sách. Thế nhưng, cũng có không ít người thích đi leo núi hoặc đi ngắm lá phong đổi màu. |
| ⑨ | Hỏi | Tôi cũng mê những ngọn núi được bao phủ bởi lá phong đỏ tuyệt đẹp. Những ngọn núi nào ở Hàn Quốc nổi tiếng với rừng cây phong đỏ? |
| | Đáp | Các ngọn núi như Seolak, Naejang... đều nổi tiếng là nơi có nhiều cây phong đỏ. |
| ⑩ | Hỏi | Tôi nghe nói vào mùa đông, tuyết rơi rất nhiều phải không? |
| | Đáp | Ừ, mùa đông lạnh nên tuyết rơi rất nhiều. Mọi người có thể chơi trượt tuyết hoặc dùng ván trượt trên tuyết. Nếu không, có thể chơi ném tuyết hay đắp người tuyết cũng rất vui. |

Luyện tập hội thoại và dịch nói theo cặp

봄

여름

가을

겨울

| | | | |
|---|---|---|---|
| 날씨 | thời tiết | 봄 (춘) | mùa xuân |
| 계절 | mùa | 여름(하) | mùa hè |
| 뚜렷하다 | rõ rệt/rõ nét | 가을(추) | mùa thu |
| 다르다 | khác | 겨울(동) | mùa đông |
| 활동 | hoạt động | 즐기다 | vui vẻ/hưởng thụ |
| 따뜻하다 | ấm áp | 새싹 | mầm/chồi |
| 돋다 | nầy, nhú | 경치 | cảnh vật |
| 봄이 되다 | mùa xuân đến | 들 | cánh đồng |
| 소풍을 가다 | đi dã ngoại | 구경하다 | ngắm/xem |
| 꽃 구경 | ngắm hoa | 덥다 | nóng |
| 비교하다 | so sánh | 여름이 오다 | mùa hè đến |
| 그래서 | vì thế | 직장인 | nhân viên công sở |
| 대부분 | phần lớn/đại bộ phận | 휴가 | kì nghỉ |
| 휴가를 떠나다 | đi nghỉ | 피서지 | nơi nghỉ mát |
| 떠나다 | rời đi | 동해안 | bờ biển Đông |
| 가장 | nhất | 인기가 많다 | được ưa chuộng |
| 사랑을 받다 | được yêu mến | 보통 | bình thường/thường |
| 독서 | đọc sách | 좋아하다 | thích |
| 이들 | những người này | 등산 | việc leo núi |
| 등산하다 | leo núi | 단풍놀이 | ngắm lá đỏ |
| 등산을 즐기다 | vui leo núi | 단풍놀이를 하다 | đi chơi ngắm lá đỏ |
| 그런데 | thế nhưng | 단풍놀이를 즐기다 | vui ngắm lá đỏ |
| 단풍이 물들다 | lá phong nhuộm đỏ | 반하다 | mê/đắm say |
| 눈이 오다 | tuyết rơi | 스키 | trượt tuyết |
| 스노보드 | trượt ván tuyết | 눈사람을 만들다 | làm /đắp người tuyết |
| 눈사람 | người tuyết | 재미있다 | thú vị/hay |
| 눈싸움을 하다 | chơi ném tuyết | | |

| 계절 | 절기 이름 | 양력 날짜 | 특징 |
|---|---|---|---|
| 봄 | 입춘 (立春) lập xuân | 2. 4~5 | 봄의 문턱 |
| | 우수 (雨水) vũ thủy | 2. 19~20 | 봄비가 내림 |
| | 경칩 (驚蟄) kinh trập | 3. 5~6 | 개구리가 겨울잠에서 깸 |
| | 춘분 (春分) xuân phân | 3. 21~22 | 낮이 길어짐 |
| | 청명 (淸明) thanh minh | 4. 5~6 | 농사 준비 |
| | 곡우 (穀雨) cốc vũ | 4. 20~21 | 농삿비가 내림 |
| 여름 | 입하 (立夏) lập hạ | 5. 6~7 | 여름의 문턱 |
| | 소만 (小滿) tiểu mãn | 5. 21~22 | 본격적인 농사 시작 |
| | 망종 (芒種) mang chủng | 6. 6~7 | 씨뿌리기 |
| | 하지 (夏至) hạ chí | 6. 21~22 | 낮이 가장 긺 |
| | 소서 (小署) tiểu thử | 7. 7~8 | 작은 더위 |
| | 대서 (大暑) đại thử | 7. 23~24 | 큰 더위 |
| 가을 | 입추 (立秋) lập thu | 8. 8~9 | 가을의 문턱 |
| | 처서 (處暑) xử thử | 8. 23~24 | 더위가 가심 |
| | 백로 (白露) bạch lộ | 9. 8~9 | 맑은 이슬이 내림 |
| | 추분 (秋分) thu phân | 9. 23~24 | 밤이 길어짐 |
| | 한로 (寒露) hàn lộ | 10. 8~9 | 찬 이슬이 내림 |
| | 상강 (霜降) sương giáng | 10. 23~24 | 서리가 내림 |
| 겨울 | 입동 (立冬) lập đông | 11. 7~8 | 겨울의 문턱 |
| | 소설 (小雪) tiểu tuyết | 11. 22~23 | 작은 눈이내림 |
| | 대설 (大雪) đại tuyết | 12. 7~8 | 큰 눈이 옴 |
| | 동지 (冬至) đông chí | 12. 22~23 | 밤이 가장 긺 |
| | 소한 (小寒) tiểu hàn | 1. 6~7 | 작은 추위 |
| | 대한 (大寒) đại hàn | 1. 20~21 | 큰 추위 |

위의 대화를 참고하여 한국 날씨에 대해 소개하는 글을 써보십시오.

150

300

# 제2부

## 한국의 주거 문화
Văn hóa ở của Hàn Quốc

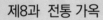

# 제8과

## 전통 가옥 Nhà ở truyền thống

**1**
문 : 한국의 전통 가옥을 무엇이라고 해요?
답 : 한옥이라고 해요.

**2**
문 : 한옥은 집의 구조에서부터 재료에 이르기까지 자연을 느낄 수 있다는 말이 사실이에요?
답 : 예, 사실이에요. 집의 기초는 돌로 하고 기둥, 문, 대청은 나무로 하며 벽은 흙으로 만들었기 때문이에요. 문과 창문에는 한지(닥나무로 만든 한국 전통 종이)를 발랐어요.

**3**
문 : 한옥은 어떤 공간으로 사용됐어요?
답 : 이 집은 개인의 휴식을 위한 공간이면서 여러 세대가 함께 살아가는 가족의 생활 공간이었어요. 그리고 혼례와 잔치, 장례 등을 치르는 사회적 공간이기도 했어요.

**4**
문 : 그래요? 좀 더 자세히 가르쳐주시면 안 돼요?
답 : 방은 개인의 공간으로, 대청은 가족의 공간으로, 마당은 큰 일을 치르는 공간으로 쓰였다는 말이에요.

**5**
문 : 예, 이제 이해가 가요. 그런데, 조선 시대 상류층의 주택은 특별한 점이 있어요?
답 : 일반적으로 안채와 사랑채로 구분되어 있어요.

**6**
문 : 안채는 어떤 곳이에요?
답 : 안채는 여성들이 사용하는 공간으로 주택의 안쪽에 위치해 있어요.

**7**
문 : 그러면 사랑채는요?
답 : 사랑채는 남성들의 공간으로 글공부를 하거나 친구들과 함께 이야기를 나누던 공간이었어요.

**8**
문 : 한옥의 지붕은 어떻게 만들어요?
답 : 한옥의 지붕은 기와 지붕과 초가 지붕 두 가지가 보편적이에요.

**9**
문 : 그 두 가지 지붕의 의미는 뭐예요?
답 : 아, 기와로 지붕을 올리는 집은 부잣집이고, 볏짚으로 지붕을 올리는 집은 일반 서민의 집이에요.

**10**
문 : 옛날에는 볏짚이 많이 쓰였어요?
답 : 볏짚은 겨울에는 열을 뺏기지 않아 따뜻하고, 여름에는 강렬한 태양열을 차단하여 시원하게 해 줘요. 또한 구하기도 쉽고 비도 잘 새지 않아 지붕의 재료로 가장 널리 쓰였어요.

친구와 같이 짝이 되어 대화하고 통역하십시오.

| | | |
|---|---|---|
| **1** | Hỏi | Nhà truyền thống của Hàn Quốc gọi là gì vậy? |
| | Đáp | Gọi là Hanok. |
| **2** | Hỏi | Người ta nói rằng, có thể cảm nhận được hơi hướng của thiên nhiên từ kết cấu đến vật liệu dùng trong xây dựng nhà Hanok, điều đó đúng không? |
| | Đáp | Ừ, đúng vậy đấy. Vì nền nhà được lát bằng đá, còn cột, cửa, sảnh làm từ gỗ, tường làm bằng đất. Cửa chính và cửa sổ được dán bằng giấy Hanji(loại giấy truyền thống của Hàn Quốc được làm từ vỏ cây dâu giấy hay còn gọi là cây dó, cây dướng). |
| **3** | Hỏi | Không gian của Hanok được sử dụng như thế nào? |
| | Đáp | Nhà Hanok vừa là không gian nghỉ ngơi của cá nhân, vừa là nơi sinh hoạt của đại gia đình nhiều thế hệ cùng chung sống. Nhà cũng được dùng làm không gian tổ chức các sự kiện lớn như là tổ chức hôn lễ, tiệc tùng, tang ma⋯. |
| **4** | Hỏi | Vậy à? Cậu có thể giải thích cặn kẽ hơn không? |
| | Đáp | Phòng là không gian dùng cho cá nhân, sảnh là không gian dùng chung cho gia đình, sân là không gian được dùng để tổ chức các sự kiện lớn của gia đình. |
| **5** | Hỏi | Ờ, giờ thì tớ đã hiểu. Vậy nhà ở của tầng lớp thượng lưu triều đại Choson có điểm gì đặc biệt không? |
| | Đáp | Thường thì được chia thành anche (gian trong) và sarangche (thư phòng). |
| **6** | Hỏi | Anche là nơi thế nào? |
| | Đáp | Anche là gian phòng dành cho phụ nữ trong nhà, được bố trí ở phía trong của ngôi nhà. |
| **7** | Hỏi | Thế còn sarangche? |
| | Đáp | Sarangche là không gian dành cho nam giới, là nơi học chữ hay đàm đạo với bạn bè. |
| **8** | Hỏi | Mái nhà Hanok được làm như thế nào? |
| | Đáp | Mái nhà Hanok gồm 2 loại phổ biến là mái ngói và mái rạ. |
| **9** | Hỏi | Hai loại mái ấy có ý nghĩa gì? |
| | Đáp | Nhà lợp ngói là của người giàu, còn nhà lợp bằng rơm rạ thường là nhà của người nông dân bình thường. |
| **10** | Hỏi | Ngày xưa rơm rạ được dùng nhiều không? |
| | Đáp | Rơm rạ giúp ấm áp vào mùa đông vì không làm mất nhiệt, lại mát mẻ vào mùa hè vì có thể chặn được cái nóng gay gắt của mặt trời. Ngoài ra, rơm rạ còn dễ kiếm, ngăn được nước mưa, nên nó là vật liệu lợp mái được dùng phổ biến nhất. |

Luyện tập hội thoại và dịch nói theo cặp.

| | |
|---|---|
| 주거 | cư trú/nơi ở |
| 문화 | văn hóa |
| 가옥 | nhà cửa |
| 한옥 | nhà truyền thống Hàn Quốc |
| 기초 | cơ sở |
| 돌 | đá |
| 기둥 | cột |
| 문 | cửa |
| 창문 | cửa sổ |
| 바르다 | bôi/trát |
| 사용되다 | được sử dụng |
| 개인 | cá nhân/cá thể |
| 세대 | thế hệ |
| 살아가다 | sống |
| 생활하다 | sinh hoạt |
| 잔치 | tiệc |
| 장례 | tang lễ |
| 자세히 | cụ thể/chi tiết |
| 방 | phòng |
| 마당 | sân |
| 주택 | nhà ở |
| 특별하다 | đặc biệt |
| 점 | điểm |
| 일반적이다 | thông thường |
| 안쪽 | bên trong |
| 글 공부하다 | học chữ |
| 이야기하다 | nói chuyện |
| 기와 | ngói |
| 초가 | (nhà) lợp rơm/tranh |

초가집

기와집

| | | | |
|---|---|---|---|
| 보편적이다 | phổ biến | 치르다 | tổ chức |
| 부유 | sự giàu có | 사회 공간 | không gian xã hội |
| 빈곤 | nghèo khó | 쓰다 | dùng |
| 지붕을 올리다 | lợp mái | 쓰이다 | được dùng |
| 일반 농가 | nhà nông bình thường | 상류층 | tầng lớp thượng lưu |
| 볏집 | mái rạ | 안채 | phòng trong/buồng trong |
| 열 | nhiệt | 사랑채 | thư phòng |
| 열을 뺏기다 | mất nhiệt | 구분하다 | phân biệt |
| 태양열 | nhiệt mặt trời/nắng | 구분되다 | được phân biệt |
| 차단하다 | ngăn/chặn | 위치하다 | vị trí/ở |
| 구하다 | tìm/kiếm | 이야기를 나누다 | chuyện trò/đàm đạo |
| 쉽다 | dễ | 지붕 | mái nhà |
| 어렵다 | khó | 기와 지붕 | mái ngói |
| 널리 | (một cách) rộng | 초가 지붕 | mái rạ/mái tranh |
| 구조 | cấu trúc/cấu tạo | 가능하다 | khả năng/có thể |
| 재료 | vật liệu | 가능성이 있다 | có khả năng |
| 이르다 | đến/tới | 부유하다 | giàu có |
| 느끼다 | cảm thấy/cảm nhận | 서민 | thứ dân/dân thường |
| 대청 | sảnh lớn | 농가 | nông gia/nhà nông |
| 벽 | tường | 뺏다 | giành/cướp |
| 흙 | đất | 뺏기다 | bị mất/bị giành |
| 나무 | cây/gỗ | 강렬하다 | mạnh mẽ |
| 한지 | giấy truyền thống Hàn Quốc | 시원하다 | mát mẻ |
| 휴식 | giờ nghỉ | 시원하게 하다 | làm cho mát |
| -을/를 위하다 | vì/để | 비 | mưa |
| 공간 | không gian | 바람 | gió |
| 가족 | gia đình | 비가 새다 | dột nước mưa |
| 생활 공간 | không gian sinh hoạt | 널리 쓰이다 | được dùng rộng rãi |
| 혼례 | hôn lễ | | |

위의 대화를 참고하여 한국의 전통 가옥에 대해 소개하는 글을 써보십시오.

150

300

450

600

## 난방 시설 – 온돌 Hệ thống sưởi - Ontol

**①** 문 : 온돌은 무엇이에요?
답 : 온돌은 한국의 대표적인 난방 장치예요.

**②** 문 : 온돌은 한국에만 있어요?
답 : 예, 한국에서만 볼 수 있는 것이에요.

**③** 문 : 온돌의 용도는 뭐예요?
답 : 북부 지방에서 추위를 이겨 내기 위해 만든 전통적인 난방 장치예요.

**④** 문 : 온돌의 작동원리는 어떻게 돼요?
답 : 아궁이에서 불을 때서 방 전체를 덥혀. 방바닥 밑에 있는 넓적한 돌을 뜨겁게 하면 따뜻한 공기는 위로 올라가고 차가운 공기는 아래로 내려가서 방 전체를 따뜻하게 해 줘요.

**⑤** 문 : 한국인은 실내에 들어올 때 현관에서 신발을 벗고 들어와요?
답 : 예, 그래요.

**⑥** 문 : 한국인의 "좌식 생활"이라는 것은 무슨 뜻이에요?
답 : 집안에서는 의자 대신 바닥에 앉고 방바닥에 이불을 깔고 잔다는 뜻이에요.

**⑦** 문 : 그렇다면 한국인의 좌식 생활은 온돌 난방법에서 비롯된 것이에요?
답 : 맞아요.

**⑧** 문 : 온돌방은 사람의 건강에 어떤 영향을 줘요?
답 : 온돌은 몸을 따뜻하게 하고 피가 잘 통하게 해 준다고 하여 여성들에게 특히 인기가 있어요.

**⑨** 문 : 지금도 온돌을 많이 사용하나요?
답 : 예, 현대식 건물에도 온돌 효과를 이용한 난방시설을 설치해요. 그래서 해외에 살고 있는 많은 교포들이 온돌방을 그리워한다고 들었어요.

**⑩** 문 : 현대 사회에 온돌은 어떤 방법으로 사용되나요?
답 : 최근에는 온돌 난방법을 이용한 "돌침대"나 "찜질방"이 나왔는데 인기가 좋아요.

친구와 같이 짝이 되어 대화하고 통역하십시오.

**1** Hỏi    Ontol là gì thế?

Đáp    Ontol là hệ thống sưởi ấm phòng rất tiêu biểu của Hàn Quốc.

**2** Hỏi    Ontol chỉ có ở Hàn Quốc thôi à?

Đáp    Ừ, đó là hệ thống sưởi mà bạn chỉ thấy được ở Hàn Quốc thôi.

**3** Hỏi    Công dụng của Ontol là gì?

Đáp    Là hệ thống sưởi ấm phòng truyền thống được tạo ra để chống chọi với cái rét ở các địa phương phía Bắc.

**4** Hỏi    Nguyên lí vận hành của Ontol như thế nào?

Đáp    Người ta sẽ đốt lò để làm ấm toàn bộ căn phòng. Khi hun nóng các phiến đá lớn dưới sàn phòng sẽ khiến cho không khí ấm hướng lên trên, không khí lạnh di chuyển xuống dưới, giúp cho toàn bộ căn phòng trở nên ấm áp.

**5** Hỏi    Người Hàn Quốc thường để giày ngoài hiên trước khi vào trong phòng phải không?

Đáp    Ừ, đúng vậy.

**6** Hỏi    Thế "kiểu sinh hoạt ngồi" của người Hàn Quốc có nghĩa là gì?

Đáp    Nghĩa là trong phòng của nhà Hanok không dùng bàn ghế, mọi người sẽ ngồi trên sàn và trải chăn ngủ trên sàn nhà.

**7** Hỏi    Nói như vậy thì văn hóa sinh hoạt ngồi của người Hàn Quốc được bắt đầu từ phương pháp làm ấm phòng Ontol?

Đáp    Đúng thế.

**8** Hỏi    Phòng có hệ thống sưởi ontol này có tác dụng như thế nào đến sức khỏe của con người?

Đáp    Người ta cho rằng, Ontol làm ấm người, giúp khí huyết lưu thông, vì thế đặc biệt tốt cho chị em phụ nữ.

**9** Hỏi    Bây giờ Ontol vẫn được sử dụng nhiều chứ?

Đáp    Ừ. Ở các tòa nhà hiện đại cũng lắp đặt thiết bị sưởi ấm ứng dụng hiệu quả của Ontol. Theo tôi biết thì có nhiều kiều bào Hàn Quốc sống ở nước ngoài luôn nhớ tới hệ thống sưởi Ontol.

**10** Hỏi    Trong xã hội hiện đại thì Ontol được ứng dụng bằng phương pháp nào?

Đáp    Gần đây, có "Tolchimdae" - giường sưởi Ontol, "Ch'imjilbang" - nhà tắm hơi sử dụng phương pháp sưởi ấm của Ontol và chúng đều rất được ưu chuộng.

Luyện tập hội thoại và dịch nói theo cặp.

# 온돌

: 온돌의 과학은 서양보다 1000년 이상을 앞섰
다. 과학적이고 효율적인 난방 시스템인 온돌은
한국의 전통적인 난방장치이다. 아궁이에 불을
때면 열기가 방바닥 아래의 빈 공간을 지나면서
구들장을 덥히고, 따뜻해진 구들장의 열기가 방
전체에 전달되는 과정을 통해 난방이 된다. 그
뿐만 아니라 온돌은 위생적이며 고장이 잘 나지
않아 경제적이다.

| | |
|---|---|
| 온돌 | lò sưởi |
| 난방 | phòng có lò sưởi |
| 장치 | thiết bị |
| 난방 장치 | thiết bị sưởi |
| 지방 | địa phương |
| 추위 | cái lạnh/đợt lạnh |
| 이기다 | thắng |
| 작동하다 | vận hành |
| 아궁이 | bếp |
| 불을 때다 | nhóm lửa |
| 전체 | toàn thể |
| 밑 | dưới |
| 위 | trên |
| 뜨겁다 | nóng |
| 공기 | không khí |
| 올라가다 | đi lên |
| 실내 | trong phòng |
| 들어오다 | vào |
| 현관 | hè/hiên |
| 신발 | giày |
| 좌식 | cách thức ngồi |
| 생활 | sinh hoạt |
| 좌식 생활 | kiểu sinh hoạt ngồi |
| 자다 | ngủ |
| 그렇다면 | nếu nói vậy |
| 비롯하다 | bắt đầu/bắt nguồn |
| 건강 | sức khỏe |
| 영향 | ảnh hưởng |

| | | | |
|---|---|---|---|
| 몸 | người/thân thể | 실외 | bên ngoài phòng |
| 피 | máu | 들어가다 | đi vào |
| 특히 | đặc biệt | 벗다 | cởi/cởi bỏ |
| 용도 | công dụng | 신발을 벗다 | bỏ giày |
| 아직 | vẫn/chưa | 의자 | ghế |
| 현대식 | kiểu hiện đại | 앉다 | ngồi |
| 설치하다 | lắp đặt | 이불 | chăn |
| 찜질방 | phòng tắm hơi | 이불을 깔다 | trải chăn |
| 교포 | kiều bào | 온돌 난방법 | phương pháp dùng hệ thống sưởi ontol |
| 재미동포 | kiều bào tại Mĩ | | |
| 양식 | dạng thức/mẫu | 온돌방 | phòng có hệ thống sưởi |
| 새롭다 | mới | 영향을 주다 | có ảnh hưởng |
| -만 | chỉ | 영향을 미치다 | gây tác động/ảnh hưởng |
| 볼 수 있다 | có thể thấy/có thể nhìn | 몸에 좋다 | tốt cho thân thể |
| 북부 | Bắc bộ/phía bắc | 통하다 | thông/không tắc |
| 남부 | Nam bộ/phía nam | 피가 통하다 | máu lưu thông |
| 이겨내다 | vượt qua/chiến thắng | 건물 | tòa nhà |
| -기 위하다 | vì/để | 효과 | hiệu quả |
| 안방 | phòng khách | 이용하다 | lợi dụng/sử dụng |
| 작동 원리 | nguyên lí vận hành | 설치되다 | được lắp đặt |
| 덥히다 | làm cho nóng | 돌침대 | giường có hệ thống sưởi |
| 바닥 | sàn/nền | 해외 | hải ngoại/nước ngoài |
| 방바닥 | sàn nhà | 재일 동포 | kiều bào tại Nhật |
| 원리 | nguyên lí | 그립다 | nhớ |
| 넓다 | rộng | 그리워하다 | nhớ (ngôi thứ 3) |
| 넓적하다 | rộng lớn | 현대사회 | xã hội hiện đại |
| 차갑다 | lạnh | | |
| 내려가다 | đi xuống | | |

굴뚝

구들장

아궁이　부넘기　구들 개자리　고래　고래 개자리

온돌은 아궁이, 부넘기, 구들 개자리, 고래, 구들장, 고래 개자리, 굴뚝의 각 부분으로 구성된다. 아궁이와 굴뚝은 서로 멀수록 좋고, 구들과 굴뚝을 연결하는 연도(煙道)는 짧게 하는 것이 좋다. 아궁이에서 굴뚝 연도까지 도랑 모양으로 축조하고 그 위에 구들장을 덮어 연기가 흘러나가게 만든 곳을 고래라하며 고래 옆에 쌓아 구들장을 받치는 것을 두둑이라 한다. 개자리는 깊이 파서 뜨거운 연기가 오랫동안 머물게 한다. 오늘날은 개량식 온돌로서 보일러를 설치하고 방바닥에 파이프를 매설하여 온수를 순환시켜 난방하는 방식이 보급되었다.

위의 대화를 참고하여 한국의 온돌에 대해 소개하는 글을 써보십시오.

150

300

**1** 문 : 한국 임대 숙소의 종류에 어떤 것들이 있어요?
답 : 매우 다양해요. 기숙사, 하숙집과 자취집, 오피스텔 등이 있어요.

**2** 문 : 기숙사는 어떤 곳이에요?
답 : 학교나 회사에 소속된 학생이나 사원에게 싼 값으로 숙식을 제공하는 시설이에요.

**3** 문 : 기숙사의 장점은 뭐예요?
답 : 기숙사는 학교 안에 위치하고 있기 때문에 학교 내의 여러 시설을 편리하게 이용할 수 있어서 좋아요. 그리고 하숙이나 자취에 비해 생활비도 적게 들어요.

**4** 문 : 그러면 단점은요?
답 : 요즘은 1인실 기숙사도 많고 공동 취사 구역도 있어요. 하지만 어떤 기숙사는 방을 여럿이 함께 써야 하고 음식을 직접 만들어 먹을 수 없어서 불편한 점도 있지요. 특히 금주, 통금 시간 등의 기숙사 규칙을 지켜야 해요.

**5** 문 : 학교 근처에는 하숙집과 자취집, 오피스텔이 많이 있죠?
답 : 네, 집에서 통학이 어려운 학생들이 많아지고 한국에 유학간 유학생들도 나날이 늘어가고 있어서 그래요.

**6** 문 : 하숙집의 특징은 무엇이라 할 수 있나요?
답 : 하숙집은 아침과 저녁을 제공하기 때문에 편하지만, 다소 비싼 것이 흠이에요.

**7** 문 : 그러면 자취집의 특징은 뭐예요?
답 : 자취는 음식을 만들어 먹을 수도 있고 생활도 자유롭지만, 계획적으로 살기가 쉽지 않아요.

**8** 문 : 요즘은 오피스텔을 선호하는 사람들이 늘고 있나요?
답 : 예, 오피스텔은 깨끗하면서 시설도 좋은 편이기 때문이에요.

**9** 문 : 짧은 기간만 한국에서 지낼 사람들은 어떤 곳에 묵으면 좋아요?
답 : 그럴 경우에는 민박을 하면 좋아요.

**10** 문 : 왜 그런가요?
답 : 한국 가정의 실제 모습을 볼 수 있고, 한국어도 연습할 수 있다는 장점이 있기 때문이에요.

친구와 같이 짝이 되어 대화하고 통역하십시오.

**1** Hỏi　Ở Hàn Quốc có những loại hình cho thuê phòng nào?

Đáp　Đa dạng lắm. Gồm các kiểu như kí túc xá, nhà hasuk-jip và chachuy-jip, căn hộ khép kín.

**2** Hỏi　Kí túc xá là nơi như thế nào?

Đáp　Kí túc xá là công trình cung cấp tiện nghi ăn-ở giá rẻ dành cho các đối tượng như học sinh sinh viên hay nhân viên công ty đang học tập tại trường hoặc đang làm việc tại công ty đó.

**3** Hỏi　Ưu điểm của kí túc xá là gì?

Đáp　Kí túc xá được xây dựng ngay trong khuôn viên trường nên người ở có thể tiếp cận dễ dàng các loại tiện ích ngay trong trường học. Mức sinh hoạt phí so với hasuk-jip và jachuy-jip cũng rẻ hơn.

**4** Hỏi　Thế còn nhược điểm?

Đáp　Hiện nay, có nhiều kí túc xá có phòng đơn và khu nấu ăn chung. Tuy nhiên, có thể thấy rằng, ở một số kí túc xá, việc nhiều người phải sử dụng chung phòng và không thể tự nấu ăn là điểm khá bất tiện. Nhất là khi phải tuân thủ các qui tắc của kí túc xá như không được uống rượu và về trước giờ đóng cửa.

**5** Hỏi　Ở gần trường học thường có nhiều hasuk-jip, jachuy-jip và các khu căn hộ khép kín cho thuê phải không?

Đáp　Ừ, vì số học sinh gặp khó khăn khi hàng ngày phải di chuyển từ nhà đến trường ngày càng đông hơn, số du học sinh đến Hàn Quốc du học cũng nhiều lên.

**6** Hỏi　Đặc trưng của hasuk-jip là gì?

Đáp　Hasuk-jip có ưu điểm là chủ nhà sẽ nấu cho mình ăn bữa sáng và tối, nhưng vì thế mà có nhược điểm là giá hơi đắt.

**7** Hỏi　Đặc trưng của jachuy-jip là gì?

Đáp　Nhà thuê kiểu jachuy-jip thì có thể tự nấu ăn, sinh hoạt cũng tự do thoải mái nhưng sẽ khiến người ta dễ rơi vào cuộc sống thiếu điều độ.

**8** Hỏi　Dạo này có nhiều người thích thuê căn hộ khép kín phải không?

Đáp　Ừ, vì căn hộ khép kín sạch sẽ và thiết bị dịch vụ lại tốt nữa.

**9** Hỏi　Vậy những người chỉ ở Hàn Quốc trong một thời gian ngắn có thể ở đâu được?

Đáp　Trường hợp đó có thể ở homestay.

**10** Hỏi　Vì sao thế?

Đáp　Vì người trọ có thể cảm nhận được bầu không khí gia đình của người Hàn Quốc, đồng thời có cơ hội rèn luyện tiếng Hàn Quốc.

Luyện tập hội thoại và dịch nói theo cặp.

# 임대 숙소

: 한국에서 일정 기간 동안 살 외국인이라면 어떤 숙소를 선택할지 고민할 것이다. 기숙사, 하숙집, 자취집, 오피스텔 등 다양한 조건의 숙소가 있다. 기숙사는 학교 안에 위치하여 편리하다. 한국인의 평범한 집에서 살아보고 싶다면 하숙집도 고려해 볼 만 하다. 경제적인 여유가 있다면 자취집이나 오피스텔을 임대하여 혼자 살아보는 것도 좋은 경험이 될 것이다.

서울 주택가

| 숙소 | chỗ ở, nơi ở |
| --- | --- |
| 기숙사 | kí túc xá |
| 하숙집 | nhà trọ (bao gồm bữa ăn) |
| 자취집 | nhà trọ (tự nấu ăn) |
| 오피스텔 | căn hộ khép kín |
| 대학생 | sinh viên |
| 달리다 | chạy |
| 학생 | học sinh |
| 사원/회사원 | nhân viên công ty |
| 공무원 | cán bộ nhân viên |
| -에 비하다 | so với |
| 생활비 | sinh hoạt phí |
| 적다 | ít |
| 적게 들다 | tốn ít |
| 많다 | nhiều |
| 직접 | trực tiếp |
| 간접 | gián tiếp |
| 음식을 만들다 | nấu nướng |
| 음식을 만들어 먹다 | tự nấu ăn |
| 근처 | gần/quanh đây |
| 통학 | đi học |
| 늘다 | tăng |

| | | | |
|---|---|---|---|
| 늘어가다 | đang tăng | 함께 | cùng nhau/cùng với |
| 유학생 | du học sinh | 방을 쓰다 | sử dụng phòng |
| 다소 | ít nhiều | 음식 | thức ăn |
| 자유롭다 | tự do | 직접적으로 | một cách trực tiếp |
| 계획적이다 | tính kế hoạch | 간접적으로 | một cách gián tiếp |
| 임대 | cho thuê | 요리하다 | nấu ăn |
| 짧다 | ngắn | 공동취사구역 | khu nấu ăn chung |
| 길다 | dài | 유학가다 | đi du học |
| 기간 | thời gian/thời hạn | 나날이 | ngày càng |
| 가정 | gia tộc | 아침 | buổi sáng/bữa sáng |
| 가족 | gia đình | 저녁 | buổi tối/bữa tối |
| 통금시간 | giờ cấm đi lại | 편하다 | tiện lợi |
| 싸다 | rẻ | 흠 | khiếm khuyết |
| 비싸다 | đắt | 불편하다 | bất tiện |
| 숙식 | nơi ăn chốn ở | 선호하다 | thích/ưa thích |
| 제공하다 | cung cấp | 깨끗하다 | sạch sẽ |
| 시설 | thiết bị/công trình | 지내다 | trải qua/sống |
| 장점 | ưu điểm | 묵다 | ở |
| 단점 | nhược điểm | 경우 | trường hợp |
| 안 | trong | 민박 | homestay |
| 밖 | ngoài | 참 모습 | hình dạng thực/dáng vẻ thật |
| 편리하다 | tiện lợi | | |
| 여럿이 | nhiều người | 연습하다 | luyện tập |

위의 대화를 참고하여 한국의 임대 숙소 종류에 대해 소개하는 글을 써보십시오.

450

600

# 제11과

## 숙박 시설 Dịch vụ thuê phòng

**1** 문 : 한국의 숙박 시설이 어떤 것이 있어요?
답 : 호텔, 민박, 펜션 등이 있어요.

**2** 문 : 한국을 여행할 때 숙소를 어떻게 선택하면 돼요?
답 : 자신의 취향과 여행의 성격에 따라 숙소를 선택하는 것이 바람직해요.

**3** 문 : 펜션은 어떤 특징이 있나요?
답 : 펜션은 경치가 좋은 곳에 독립적으로 위치해 있으면서 음식을 직접 해 먹을 수 있는 숙박 시설이에요. 가족 단위의 여행객에게 아주 적합하다고 해요.

**4** 문 : 펜션의 장점은 뭐예요?
답 : 펜션의 장점은 조용하고 한적한 자연에서 다른 사람들의 방해를 받지 않으면서 휴식을 즐길 수 있다는 것이에요.

**5** 문 : 그럼 호텔의 특징은 뭐예요?
답 : 호텔은 한국의 숙박 시설 중에서 가장 비싸고 시설이 좋은 곳이에요.

**6** 문 : 한국 호텔에 대해서 좀 소개해 주시겠어요?
답 : 호텔도 여러 종류가 있는데요. 한국에는 그 규모와 시설에 따라 무궁화 꽃의 개수로 표시를 해요.

**7** 문 : 그래요? 재미있군요! 그것은 어떻게 표시돼요?
답 : 가장 좋은 호텔은 무궁화 꽃이 5개, 가장 싸고 규모가 작은 호텔은 무궁화 꽃 1개로 표시돼요. 그런데 요즘에는 무궁화 대신 별로 표시하기도 해요.

**8** 문 : 호텔의 장점과 단점이 뭐예요?
답 : 호텔의 장점은 서비스가 좋고 각종 부대시설이 잘 갖추어져 있어요. 단점은 가격이 비싸고, 대도시를 제외한 곳에는 많지 않은 것이 단점이라 할 수 있죠.

**9** 문 : 민박은 어떤 특징이 있나요?
답 : 민박은 농어촌 지역이나 관광지에 있는 가정집에서 여유가 있는 방을 이용해 운영하는 곳이에요. 그것은 저렴한 가격에 이용할 수 있는 소규모 시설이에요.

**10** 문 : 민박의 장점과 단점에 대하여 좀 말씀해 주세요.
답 : 민박은 한국 가정의 분위기를 느낄 수 있다는 장점이 있어요. 최근에는 관광지나 교통이 편리한 농어촌 지역을 중심으로 저렴한 가격에 편의시설까지 갖춘 민박이 늘고 있어요. 그래서 알뜰 여행객들로부터 인기를 끌고 있어요.

친구와 같이 짝이 되어 대화하고 통역하십시오.

**1** Hỏi　Dịch vụ thuê phòng của Hàn Quốc gồm có những loại nào?

Đáp　Có các loại như khách sạn, minbak và pension.

**2** Hỏi　Khi đi du lịch Hàn Quốc thì nên chọn nơi ở như thế nào?

Đáp　Tốt nhất là hãy chọn chỗ ở tùy theo ý thích của bản thân và tính chất của chuyến du lịch.

**3** Hỏi　Còn nhà pension có đặc điểm gì?

Đáp　Đó là biệt thự đơn lập có không gian riêng với cảnh trí đẹp, người thuê có thể tự nấu ăn. Kiểu nhà này thích hợp cho khách đi du lịch theo nhóm gia đình.

**4** Hỏi　Ưu điểm của nhà pension là gì?

Đáp　Ưu điểm của pension là có không gian riêng yên tĩnh, hài hòa với khung cảnh tự nhiên, không bị người khác quấy rầy nên có thể tận hưởng thoải mái kì nghỉ.

**5** Hỏi　Còn đặc trưng của khách sạn là gì?

Đáp　Trong các dịch vụ thuê phòng của Hàn Quốc, khách sạn là nơi có dịch vụ tốt nhất và giá cả cũng đắt nhất.

**6** Hỏi　Bạn có thể giới thiệu thêm về khách sạn của Hàn Quốc được không?

Đáp　Khách sạn cũng có nhiều loại lắm. Ở Hàn Quốc, tùy theo qui mô và dịch vụ, đẳng cấp của khách sạn sẽ được biểu thị bằng số lượng bông hoa mukung.

**7** Hỏi　Thế à? Thú vị quá! Hoa mukung thể hiện đẳng cấp khách sạn như thế nào?

Đáp　Khách sạn cao cấp nhất là 5 bông hoa Mukung, còn khách sạn nhỏ, giá rẻ nhất là 1 bông hoa Mukung. Nhưng gần đây cũng có nơi gắn sao thay cho biểu tượng hoa Mukung.

**8** Hỏi　Thế ưu và nhược điểm của khách sạn là gì?

Đáp　Ưu điểm của khách sạn là dịch vụ tốt, có đầy đủ các trang thiết bị đi kèm. Còn nhược điểm là giá cả đắt đỏ và không có nhiều khách sạn ở những nơi không phải là các thành phố lớn.

**9** Hỏi　Kiểu nhà minbak thì có đặc điểm gì?

Đáp　Đó là kiểu nhà homestay tận dụng các phòng trống còn thừa ở gia đình những người bản xứ ở vùng nông thôn, làng chài hay khu du lịch. Kiểu phòng này thường có quy mô nhỏ và giá cả phải chăng.

**10** Hỏi　Hãy nói thêm cho mình về ưu điểm và nhược điểm của homestay đi.

Đáp　Homestay có ưu điểm là mang đến cho người trọ cảm nhận về bầu không khí trong gia đình người Hàn Quốc. Gần đây, số lượng nhà cho thuê kiểu homestay đầy đủ tiện nghi sinh hoạt và giá cả phải chăng đang tăng lên nhanh chóng, đặc biệt tập trung nhiều ở các khu du lịch hoặc khu vực nông thôn, làng chài có giao thông thuận tiện. Vì vậy, mô hình này rất được khách du lịch kiểu tiết kiệm ưa chuộng.

Luyện tập hội thoại và dịch nói theo cặp.

## 숙박

: 한국의 호텔은 그 규모와 시설에 따라 무궁화 꽃의 개수로 표시한다. 무궁화 개수가 많을 수록 고급 호텔이다. 같은 호텔이라도 호텔 방 안의 시설과 크기 그리고 내다보이는 전 망에 따라 가격이 천차만별이다. 호텔이 부 담스럽다면 시내에서 조금 떨어진 펜션이나 민박이 어떨까? 시내보다 더 조용하고 자연 과 어우러진 숙박 시설을 찾는다면 호텔보다 는 펜션이나 민박도 좋다.

| | |
|---|---|
| 숙박 | trọ/ăn nghỉ |
| 호텔 | khách sạn |
| 펜션 | nhà trọ cao cấp |
| 여행객 | khách du lịch |
| 여행하다 | du lịch |
| 여행가다 | đi du lịch |
| 독립 | độc lập |
| 독립적으로 | một cách độc lập |
| 단위 | đơn vị |
| 적합하다 | thích hợp |
| 휴식을 즐기다 | hưởng thụ, nghỉ ngơi |
| 중 | trong lúc |
| 표시하다 | biểu thị |
| 표시되다 | được biểu thị |
| 규모가 작다 | qui mô nhỏ |
| 서비스가 좋다 | dịch vụ tốt |
| 각종 | các loại |
| 부대 시설 | trang thiết bị kèm theo |
| 갖추다 | có/mang |
| 농업 | nông nghiệp |
| 어업 | ngư nghiệp |
| 농어촌 | làng nông và làng chài |
| 관광지 | điểm du lịch |

| | | | |
|---|---|---|---|
| 가정집 | nhà dân | 소규모 | qui mô nhỏ |
| 여유가 있다 | rỗi/dư | 서비스가 나쁘다 | dịch vụ kém |
| 여유있는 방 | phòng thừa | 가격 | giá cả |
| 빈 방 | phòng trống | 대도시 | thành phố lớn |
| 부탁을 받다 | nhận lời nhờ vả | 제외하다 | trừ/loại trừ |
| 분위기 | bầu không khí | 농촌 | làng nông |
| 교통 | giao thông | 어촌 | làng cá |
| 알뜰 | tiết kiệm | 지역 | khu vực |
| 선택하다 | lựa chọn | 운영하다 | vận hành/kinh doanh |
| 자신 | tự thân | 저렴하다 | thấp |
| 자기 | tự mình | 소규모 시설 | công trình qui mô nhỏ |
| 취향 | khuynh hướng | 말씀하다 | nói (tôn trọng) |
| 성격 | tính cách | 부탁드리다 | xin nhờ (tôn trọng) |
| 바람직하다 | nên/đáng mong muốn | 중심 | trung tâm |
| 조용하다 | yên lặng/yên tĩnh | 편의 시설 | trang thiết bị tiện ích |
| 한적하다 | vắng vẻ | 인기를 끌다 | hấp dẫn/thu hút |
| 다르다 | khác | | |
| 방해하다 | phương hại/làm cản trở | | |
| 방해를 받다 | bị cản trở/bị làm phiền | | |
| 소개하다 | giới thiệu | | |
| 여러 | nhiều | | |
| 규모 | qui mô | | |
| 서비스 | dịch vụ | | |

위의 대화를 참고하여 한국의 숙박 시설에 대해 소개하는 글을 써 보십시오.

450

600

# 제12과

## 주택 임대 제도 Phương thức thuê nhà

**1** 문 : 한국 사람들 중에 집을 사지 않고 빌려서 사는 사람들도 있다고 들었어요.
답 : 베트남 사람들과 마찬가지로 한국 사람들도 대부분 집을 사고 싶어해요. 그렇지만 집을 살 수 없을 때는 전세나 월세를 택해서 살게 돼요.

**2** 문 : 전세는 뭐예요?
답 : 전세는 집의 소유자에게 보증금을 내고 일정 기간 동안 집을 빌려 쓰되 이사를 할 때 보증금을 다시 돌려받는 제도예요.

**3** 문 : 그럼, 월세는요?
답 : 월세는 집이나 방을 빌리고 매달 그에 대한 임대료를 지불하는 형태예요.

**4** 문 : 전세와 월세는 어떻게 달라요? 어느 것이 더 좋아요?
답 : 월세는 보증금처럼 한 번에 큰 돈이 필요하지는 않지만 임대료로 지불한 돈은 돌려 받지 못해요.

**5** 문 : 옛날의 임대제도와 다른 점은 뭐예요?
답 : 요즘에는 월세로 집을 빌릴 경우에도 보증금을 내야 하는 경우가 많아요.

**6** 문 : 그래요? 그렇다면 집을 나갈 때에는 보증금을 다시 받을 수 있어요?
답 : 물론이죠. 이럴 경우에는 전세 보증금과 마찬가지로 집을 나갈 때 보증금을 돌려 받을 수 있어요.

**7** 문 : 월세로 집을 빌리면 스스로 요리해 먹을 수 있죠?
답 : 네, 자취집이라면 그렇게 할 수 있죠.

**8** 문 : 그 말은 무슨 뜻이에요? 좀 자세히 설명해 주세요!
답 : 아, 원래 월세로 자취집이나 하숙집을 빌려 생활할 수 있어요. 그런데 자취집의 경우에는 집을 빌리는 사람이 시장을 보고 스스로 요리해 먹을 수 있어요. 그러나 하숙집의 경우에는 그렇지 않아요.

**9** 문 : 정말이에요? 그러면 하숙생은 어떻게 해야 돼요? 날마다 외식해야 해요?
답 : 아니요. 점심만 제외하고 집주인 아줌마가 아침과 저녁을 제공해 줘요.

**10** 문 : 그러면 식사비를 더 내야 돼요?
답 : 아니요. 하숙비에 포함되서 더 낼 필요가 없어요.

친구와 같이 짝이 되어 대화하고 통역하십시오.

| | | |
|---|---|---|
| **1** | Hỏi | Tôi nghe nói nhiều người Hàn Quốc không mua nhà mà thuê nhà để ở. |
| | Đáp | Cũng giống như người Việt Nam, phần lớn người Hàn Quốc muốn mua nhà chứ. Thế nhưng, khi không thể mua nhà thì họ chọn cách thuê jeonse hoặc wolse để ở thôi. |
| **2** | Hỏi | Jeonse là gì? |
| | Đáp | Jeonse là phương thức thuê nhà bằng cách chuyển cho chủ nhà một khoản tiền đặt cọc để thuê nhà trọn gói trong một khoảng thời gian nhất định, khi nào chuyển đi thì sẽ được lấy lại số tiền đó. |
| **3** | Hỏi | Thế còn wolse? |
| | Đáp | Wolse là hình thức thuê nhà hoặc phòng và trả tiền thuê theo tháng. |
| **4** | Hỏi | Thế thuê dài hạn và thuê theo tháng khác nhau như thế nào? Chọn hình thức nào thì tốt hơn? |
| | Đáp | Thuê wolse theo tháng thì không cần phải có ngay một số tiền lớn để đặt cọc, nhưng sẽ không được nhận lại tiền thuê đã trả hàng tháng. |
| **5** | Hỏi | Điểm khác so với phương thức thuê nhà trước đây là gì thế? |
| | Đáp | Gần đây, có nhiều trường hợp thuê nhà theo tháng cũng phải trả tiền đặt cọc đấy. |
| **6** | Hỏi | Thế à? Nếu vậy thì khi trả phòng có thể nhận lại số tiền đặt cọc đó chứ? |
| | Đáp | Tất nhiên rồi. Trong trường hợp này, khi trả phòng bạn có thể nhận lại tiền cọc giống như tiền đặt cọc thuê kiểu dài hạn. |
| **7** | Hỏi | Khi thuê nhà trả tiền theo tháng, người thuê có thể tự nấu ăn chứ? |
| | Đáp | Ừ, đúng rồi. Nếu là jachuy-jip thì có thể chứ. |
| **8** | Hỏi | Nghĩa là sao? Giải thích cụ thể cho tôi nghe đi. |
| | Đáp | À, là vì thuê nhà theo tháng thì có thể thuê kiểu jachuy-jip hay hasuk-jip. Nếu thuê kiểu jachuy-jip thì người thuê nhà có thể đi chợ và tự nấu ăn. Nhưng, với nhà hasuk-jip thì không tự nấu được. |
| **9** | Hỏi | Thật à? Nếu vậy thì học sinh ở trọ hasuk-jip phải làm sao? Ngày nào cũng phải ra ngoài ăn à? |
| | Đáp | Không. Ngoài bữa trưa tự túc, còn lại chủ nhà sẽ nấu 2 bữa ăn sáng và tối cho. |
| **10** | Hỏi | Nếu vậy thì phải trả thêm tiền ăn nữa à? |
| | Đáp | Không. Không cần trả thêm vì nó đã bao gồm trong tiền thuê nhà rồi. |

Luyện tập hội thoại và dịch nói theo cặp.

# 주택 임대

: 한국에서는 자유롭게 집을 사고 팔 수 있다. 집을 살 수 없을 때에는 전세나 월세를 선택하여 임대가 가능하다. 전세를 살려면 '보증금'이 필요한데 보증금을 집 주인에게 내고 일정 기간 동안 살다가 나중에 이사 갈 때 돌려받으면 된다. 반면 월세는 보증금 없이 매달 방값을 지불하면 되는데 요즘에는 월세라고 해도 보증금을 내야하는 경우도 있다.

| | |
|---|---|
| 임대 | thuê |
| 제도 | cơ chế/chính sách/phương thức |
| 사다 | mua |
| 팔다 | bán |
| 싫다 | chán/không thích |
| 싫어하다 | không thích/chán |
| 집을 빌리다 | mượn nhà |
| 마찬가지로 | giống như |
| -고 싶다 | muốn |
| -고 싶어하다 | muốn (ngôi thứ ba) |
| 그렇지만 | thế nhưng |
| 소유자 | người sở hữu |
| 일정 기간 | thời gian nhất định |
| 동안 | trong thời gian |
| 이사를 하다 | chuyển nhà |
| 방을 빌리다 | thuê/mượn phòng |
| 매주 | hàng tuần |
| 매달 | hàng tháng |
| 매년 | hàng năm |
| 임대료 | tiền thuê |
| 필요가 있다 | cần thiết |
| 필요가 없다 | không cần thiết |

| 더 | hơn |
|---|---|
| 달라지다 | trở nên khác/khác đi |
| 보증금을 내다 | trả tiền đặt cọc |
| 집을 나가다 | dọn đi |
| 마찬가지다 | tương tự |
| 스스로 | tự mình |
| 하숙생 | người ở trọ |
| 외식하다 | ăn ngoài |
| 식사비 | tiền ăn |
| 집주인 | chủ nhà |
| 하숙비 | tiền phòng |
| 돈 | tiền |
| 돈을 내다 | trả tiền |
| 돈을 벌다 | kiếm tiền |
| 돈을 쓰다 | tiêu tiền |
| 같다 | giống/như |
| 똑같다 | giống |
| 전세 | thuê nhà dài hạn đặt cọc số tiền lớn |
| 월세 | thuê nhà trả tiền theo tháng |
| 택하다 | chọn |
| 소유하다 | sở hữu |
| 돈을 맡기다 | giao tiền |

| 이사를 나가다 | chuyển đi |
|---|---|
| 다시 | lại |
| 돌려주다 | trả lại |
| 돌려받다 | nhận lại |
| 지불하다 | trả/chi trả |
| 형태 | hình thái/mô hình |
| 어느 | nào |
| 필요하다 | cần |
| 오늘 | hôm nay |
| 그대로 | giữ nguyên như thế |
| 덜 | kém |
| 물론 | tất nhiên |
| 원래 | vốn dĩ |
| 무슨 뜻 | nghĩa nào/nghĩa là gì |
| 시장을 보다 | đi chợ |
| 그렇다 | như thế ấy |
| 이렇다 | như thế này |
| 저렇다 | như thế kia |
| 정말 | thật sự |
| 날마다 | mỗi ngày/hàng ngày |

위의 대화를 참고하여 한국의 주택 임대 제도에 대해 소개하는 글을 써 보십시오.

450

600

## 제13과

### 이사 Chuyển nhà

**1**
문 : 요즘은 집을 구하기가 어렵죠?
답 : 자기가 원하는 전세나 월세를 구하는 것이 쉬운 일은 아니에요. 그러나 "발품을 판다"면 가격에 비해 좋은 집을 구할 수 있어요.

**2**
문 : "발품을 판다?" 그 말이 무슨 뜻이에요?
답 : 직접 다니며 알아보는 수고를 한다는 뜻이에요.

**3**
문 : 집을 구할 때 어떻게 하면 좋아요?
답 : 원하는 지역의 부동산 중개소를 찾아다니며 자신이 생각하는 전세나 월세에 맞는 집을 살펴봐야 해요.

**4**
문 : 여러 집을 둘러보는 것이 좋죠?
답 : 당연하죠. 그렇게 하면 여러 집들의 장단점을 비교할 수 있잖아요. 그 덕분에 자신에게 제일 적당한 곳으로 정할 수 있어요.

**5**
문 : 어떤 집이 좋은 집이에요?
답 : 보통 장단점이 뚜렷한 집보다는 단점이 없는 무난한 집이 좋아요.

**6**
문 : 집을 임대할 때 유의할 사항의 몇 가지를 알려 주신다면 감사하겠어요.
답 : 첫째는 계약을 할 때는 신분증과 도장이 필요하니까 잊지 말고 챙겨야 해요. 둘째는 계약을 할 때 여러 가지를 확인해서 나중에 문제가 없도록 하는 것이 중요해요. 셋째는 그 집에 세 들어 살고 있는 사람이 있다면 이사 날짜를 맞추어야 하며 이전의 세입자가 각종 공과금을 냈는지 집주인과 확인해야 해요.

**7**
문 : 계약금은 얼마 정도로 하면 적절해요?
답 : 일반적으로는 계약금은 전체 금액의 10%정도가 적당해요.

**8**
문 : 이사하기 전에 뭘 해야 해요?
답 : 이사하기 하루 이틀 전에는 집 주인에게 전화를 해서 이사 시간과 사전 약속 사항을 확인해야 해요. 그리고 집주인이 도배를 해주기로 했거나 수리를 해주기로 했다면 다시 한 번 확인하는 것이 좋아요.

**9**
문 : 이사하는 날에는 뭘 해요?
답 : 집주인에게 잔금을 주고 영수증을 꼭 받아야 해요.

**10**
문 : 계좌이체 가능해요?
답 : 그럼요. 요즘 계좌이체하는 것이 가장 편하더라고요.

친구와 같이 짝이 되어 대화하고 통역하십시오.

**1**

Hỏi   Độ này tìm thuê nhà khó nhỉ?

Đáp   Việc tìm thuê nhà jeonse hay wolse đúng ý mình đâu phải dễ. Nhưng nếu chịu khó "bán hàng chân" thì có thể tìm được nhà tốt với mức giá vừa phải đấy.

**2**

Hỏi   "Bán hàng chân?" Câu đó nghĩa là sao?

Đáp   Là chịu khó tự đi mà tìm chứ sao nữa.

**3**

Hỏi   Khi tìm nhà nên làm như nào?

Đáp   Bạn đến các văn phòng môi giới bất động sản ở khu vực mình muốn ở, xem xét căn nhà phù hợp với hình thức thuê jeonse hay wolse theo dự kiến của bản thân.

**4**

Hỏi   Nên đi xem nhiều nhà đúng không?

Đáp   Đương nhiên rồi. Phải như thế thì bạn mới có thể so sánh ưu nhược điểm của các ngôi nhà chứ. Nhờ vậy mới có thể chọn được nơi phù hợp nhất với bản thân mình.

**5**

Hỏi   Căn nhà như thế nào thì ổn?

Đáp   Thường thì nhà không có nhược điểm nào vẫn tốt hơn những căn nhà thấy rõ cả ưu và nhược điểm.

**6**

Hỏi   Tôi sẽ rất biết ơn nếu bạn chỉ cho tôi vài điều cần lưu ý khi thuê nhà.

Đáp   Thứ nhất là, khi kí hợp đồng phải nhớ mang theo chứng minh thư và con dấu. Thứ hai là, khi kí hợp đồng, quan trọng là phải kiểm tra lại mọi thứ để sau này không có vấn đề gì xảy ra. Thứ ba là, nếu nhà đó vẫn đang có người ở thì phải xác nhận lại với chủ nhà để khớp ngày chuyển nhà và xem người thuê nhà trước đó đã trả hết các loại thuế, phí chưa.

**7**

Hỏi   Tiền cọc hợp đồng khoảng bao nhiêu là hợp lí?

Đáp   Thông thường tiền cọc tương đương với 10% tổng giá trị hợp đồng.

**8**

Hỏi   Trước khi chuyển nhà phải làm gì?

Đáp   Trước khi chuyển nhà 1, 2 ngày, bạn phải gọi điện cho chủ nhà để xác nhận lại thời gian chuyển nhà, các điều khoản đã giao ước từ trước. Và nếu như chủ nhà đã cam kết sẽ dán lại giấy tường hay sửa nhà cho thì cũng nên xác nhận thêm một lần nữa.

**9**

Hỏi   Vào ngày chuyển nhà, tôi phải làm gì?

Đáp   Bạn bàn giao nốt số tiền còn lại cho chủ nhà và nhớ phải lấy giấy biên nhận đấy.

**10**

Hỏi   Có thể chuyển khoản chứ?

Đáp   Tất nhiên rồi. Bây giờ chuyển khoản là tiện nhất rồi.

Luyện tập hội thoại và dịch nói theo cặp.

# 이사

: 새로운 집을 직접 구하는 것이 어려울 때에 는 부동산을 이용하면 편하다. 자신이 생각 한 조건에 맞는 집을 찾아서 부동산 주인과 함께 여러 집을 둘러보고 결정하면 된다. 계 약을 할 때에는 신분증과 도장을 반드시 준 비해야 한다. 집주인에게 계약금만 먼저 지 불하고 이사 후에 잔금을 주면 된다.

| | |
|---|---|
| 원하다 | muốn |
| 아니다 | không phải là |
| 그러나 | thế nhưng, nhưng |
| 발품을 팔다 | "bán hàng chân" = chịu khó đi |
| 걷다 | đi bộ |
| 걸어다니다 | đi đi lại lại |
| 수고하다 | vất vả/cực nhọc |
| 부동산 | bất động sản |
| 중개소 | trung tâm môi giới |
| 정하다 | định/quyết định |
| 뚜렷하다 | rõ ràng |
| 결정하다 | quyết định |
| 단점이 없다 | không có nhược điểm |
| 무난하다 | không có khó khăn/dễ |
| 유의하다 | lưu ý |
| 계약 | hợp đồng |
| 계약을 하다 | làm hợp đồng |
| 계약을 맺다 | kí hợp đồng |
| 신분증 | giấy tờ tùy thân |
| 확인하다 | xác nhận |
| 나중에 | sau này |
| 문제가 없다 | không có vấn đề |
| 중요하다 | quan trọng |

| | | | | |
|---|---|---|---|
| 세 들다/<br>세를 내다 | trả tiền thuê | 덕분 | nhờ/nhờ có |
| 세입자 | người thuê ở | 제일 | nhất |
| 공과금 | các khoản thuế/phí | 적당하다 | thích đáng/phù hợp |
| 부과하다 | đánh (thuế)/tính (thuế) | 사항 | điều/khoản/nội dung |
| 계약금 | tiền hợp đồng | 알려주다 | cho biết |
| 전화를 걸다 | gọi điện thoại | 도장 | con dấu |
| 전화하다 | điện thoại | 잊다 | quên |
| 사전 | trước (sự việc) | -지 말다 | đừng |
| 사후 | sau (sự việc) | 챙기다 | chuẩn bị sẵn/lưu ý |
| 영수증 | hóa đơn/biên nhận | 준비하다 | chuẩn bị |
| 잔금을 주다 | đưa tiền thừa | 여러 가지 | nhiều thứ, nhiều cái |
| 영수증을 받다 | nhận hóa đơn/<br>nhận giấy biên nhận | 이사 날짜 | ngày chuyển nhà |
| 돈을 보내다 | gửi tiền | 맞추다 | làm đúng/làm cho hợp |
| 찾아다니다 | đi tìm | 문제가 있다 | có vấn đề |
| 생각하다 | suy nghĩ | 문제가 생기다 | nảy sinh vấn đề |
| 살펴보다 | xem xét | 얼마 정도 | chừng bao nhiêu |
| 둘러보다 | nhìn quanh/ngó nghiêng | 적절하다 | phù hợp/vừa phải |
| 당연 | đương nhiên | 연락 | liên lạc |
| 그렇게 하면 | nếu như thế/nếu làm vậy | 사전 약속 | hẹn trước |
| 장단점 | ưu nhược điểm | 도배를 하다 | dán tường |
| -을/를<br>비교하다 | so sánh với | 수리하다 | tu sửa/sửa sang |
| | | 잔금을 내다 | trả nốt tiền còn lại/thừa |
| | | 무통장 입금증 | hóa đơn gửi tiền không có sổ |
| | | 은행 | ngân hàng |

위의 대화를 참고하여 한국인의 이사 풍습에 대해 소개하는 글을 써보십시오.

450

600

## 제주도 집의 특징 Đặc trưng nhà ở đảo Jeju

**1** 문 : 제주도의 날씨는 어떤 특징이 있어요?
답 : 제주도는 거센 바람과 눈, 비가 많아요.

**2** 문 : 제주도 집의 특징이 뭐예요?
답 : 집은 낮고, 가옥의 벽면을 돌벽으로 쌓아요. 지붕은 띠로 덮은 후 동아줄로 촘촘히 얽어 매는 독특한 형식으로 되어 있어요.

**3** 문 : 제주도의 집에는 온돌이 설치되어 있어요?
답 : 아니요. 제주도는 기후가 따뜻한 곳이라서 온돌 시설이 없어요.

**4** 문 : 그렇다면 부뚜막이 없겠네요?
답 : 네, 부뚜막이 없어요. 그래서 솥을 따로 내걸어 음식을 만들어요.

**5** 문 : 제주도의 전통집에는 문이 없다고 알고 있는데 사실이에요?
답 : 예, 옛날에는 도둑이 없어서 제주도 민가는 일반적으로 대문을 대신하여 정낭을 설치해요.

**6** 문 : 정낭은 나무 3개로 되어 있는데 걸리는 개수에 따라 의미가 달라진다고 들었는데요. 그것은 무슨 의미예요?
답 : 주인이 얼마나 있다 돌아오는지를 알 수 있어요.

**7** 문 : 그러면 정낭이 1개일 때는 어떤 의미예요?
답 : 집 주인이 가까운 곳에 있어 금방 온다는 의미예요.

**8** 문 : 정낭이 2개일 때는요?
답 : 집주인이 조금 먼 곳에 있어서 어느 정도 있다 돌아올 거라는 뜻이에요.

**9** 문 : 정낭이 3개일 때는 집주인이 먼 곳에 가죠?
답 : 맞아요. 집주인이 아주 먼 곳에 있어서 오래 지나야 돌아와요.

**10** 문 : 그런데 정낭이 없을 때는 무슨 의미를 가지고 있는지를 궁금하군요.
답 : 그것은 집안에 사람이 있으니 들어와도 좋다는 뜻이에요.

① Hỏi  Đặc trưng thời tiết ở đảo Jeju là gì?
   Đáp  Đảo Cheju có gió mạnh, tuyết và mưa nhiều.

② Hỏi  Thế đặc trưng nhà trên đảo Jeju là gì?
   Đáp  Nhà thấp, tường nhà xếp bằng đá. Mái nhà được lợp theo cách thức độc đáo là phủ nẹp rơm lên rồi buộc chặt dày dặn bằng dây thừng.

③ Hỏi  Nhà ở đảo Jeju có lắp hệ thống sưởi Ontol không?
   Đáp  Không. Vì Jeju là nơi có khí hậu ấm áp nên không dùng hệ thống sưởi Ontol.

④ Hỏi  Nói vậy thì cũng không có bếp lò à?
   Đáp  Ừ, không có bếp lò. Thế nên phải bắc bếp ở chỗ khác để nấu ăn.

⑤ Hỏi  Tôi nghe nói là nhà kiểu truyền thống của đảo Jeju không có cửa, điều đó đúng không?
   Đáp  Ừ. Vì ngày xưa trên đảo không có trộm cắp nên người dân đảo Jeju thường chỉ dựng thanh chắn cổng để thay cho cửa lớn.

⑥ Hỏi  Tôi nghe nói là thanh chắn gồm 3 cái và tùy vào số thanh chắn được gác lên mà biểu thị các ý nghĩa khác nhau. Điều đó có nghĩa là gì thế?
   Đáp  Đấy là dấu hiệu cho biết chủ nhà ra ngoài khoảng bao lâu thì về.

⑦ Hỏi  Vậy khi có 1 thanh chắn thì có ý nghĩa gì?
   Đáp  Có nghĩa là chủ nhà đang ở gần và sẽ về sớm.

⑧ Hỏi  Khi có hai thanh chắn thì sao?
   Đáp  Nghĩa là chủ nhà đang đi hơi xa một chút nên lâu lâu mới về.

⑨ Hỏi  Còn khi có 3 thanh chắn nghĩa là chủ nhà đang ở rất xa đúng không?
   Đáp  Đúng thế. Chủ nhà đang ở rất xa, vì thế phải rất lâu mới trở về.

⑩ Hỏi  Tôi thắc mắc là, khi không có thanh chắn nào thì có ý nghĩa gì.
   Đáp  Nghĩa là nhà có người ở nhà nên có thể vào được.

Luyện tập hội thoại và dịch nói theo cặp.

# 제주도 집

: 제주도에 가면 집을 구경하는 재미가 있다. 제주도는 바람이 많고 비가 자주 오기 때문에 집을 지을 때 높이는 낮게, 벽은 돌로 쌓는다. 제주도 집의 가장 큰 특징은 바로 대문이 없다는 것이다. 그 대신 나무로 된 '정낭'을 설치하는데 집에 사람이 있는지 없는지를 나무 개수로 표시한다.

| | | | |
|---|---|---|---|
| 거세다 | mạnh | 따로 | riêng/tách biệt |
| 벽면 | bề mặt tường | 만들다 | làm |
| 돌벽 | tường đá | 전통집 | nhà truyền thống |
| 쌓다 | chồng/xếp lên nhau | 대문 | cửa lớn |
| 띠 | dây/băng/dải | 정문 | cửa chính |
| 형식 | hình thức | 달라지다 | trở nên khác |
| 기후 | khí hậu | 출입 | ra vào |
| 내걸다 | treo/móc | 금방 | ngay/ngay lập tức |
| 도둑 | kẻ trộm | 오래 | lâu |
| 민가 | nhà dân | 돌아오다 | trở về/quay về |
| 대신하다 | thay/thay thế | | |
| 정낭 | thanh chắn (bằng gỗ) | | |
| 걸리다 | tốn/mất (thời gian) | | |
| 개수 | số lượng (cái/chiếc) | | |
| 가깝다 | gần | | |
| 멀다 | xa | | |
| 지나가다 | đi qua | | |
| 부뚜막 | bếp gạch | | |
| 덮다 | đậy/phủ/lợp | | |
| 동아줄 | dây thừng/dây chão | | |
| 촘촘히 | một cách dầy dặn | | |
| 얽어매다 | buộc chặt/quấn chặt | | |
| 독특하다 | đặc biệt | | |

위의 대화를 참고하여 제주도의 집 특징에 대해 소개하는 글을 써보십시오.

150

300

450

600

# 제3부

## 한국의 음식 문화
Văn hóa ẩm thực của Hàn Quốc

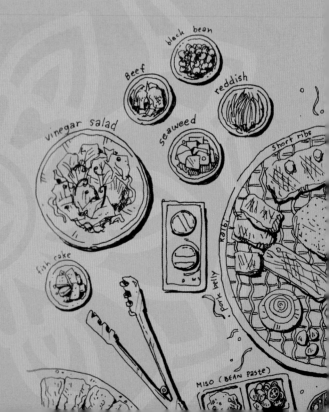

kimchi

potato salad

reddish

wine pork

ring bell !

chicken

mushroom

bbq pork

egg soup

brisket

cold

# 제15과

## 일상적인 음식 Món ăn thường ngày

**1**
문 : 일상적인 한국 음식은 어떤 거예요?
답 : 밥, 국, 찌개, 김치예요.

**2**
문 : 한국인의 주식이 뭐예요?
답 : 베트남과 같이 한국인의 주식은 밥이에요. 처음에는 쌀을 떡처럼 쪄서 먹다가 그 다음에 물을 붓고 끓여서 밥을 지어먹게 되었대요.

**3**
문 : 한국 음식에 중요한 반찬이 김치예요?
답 : 네, 김치야말로 한국 음식 중 가장 기본이 되는 반찬이라고 할 수 있어요.

**4**
문 : 김치가 건강에 좋다고 많이 들었는데 자세히 설명해 주시겠어요?
답 : 김치에는 비타민, 아미노산 등 우리 몸에 필요한 영양소가 많이 들어 있어요. 그뿐만 아니라 암을 예방하는 성분까지도 있다는 것을 과학적으로 밝혀냈어요.

**5**
문 : 한국 음식에는 국과 찌개도 있죠?
답 : 네, 그래요.

**6**
문 : 그런데 국과 찌개는 어떻게 달라요?
답 : 국은 국물이 많은 것이고, 찌개는 건더기가 많고 국물이 적은 편이에요.

**7**
문 : 국과 찌개의 맛이 뭐에 달려 있어요?
답 : 국과 찌개에서 가장 중요한 것이 '간'이에요.

**8**
문 : 그럼 맛있게 간을 하려면 어떻게 해야 해요?
답 : 다양하면서 영양분이 많은 양념을 적절하게 사용하면 돼요.

**9**
문 : 한국 양념은 어떤 것들이 있나요?
답 : 소금, 간장, 된장, 고추장 등이 있어요.

**10**
문 : 음식의 맛은 요리사의 요리 솜씨에 달려있기도 하죠?
답 : 물론이에요.

친구와 같이 짝이 되어 대화하고 통역하십시오.

**1**

Hỏi    Món ăn thường ngày của người Hàn Quốc là gì thế?

Đáp    Có cơm, canh, jigye và kimchi.

**2**

Hỏi    Lương thực chính của người Hàn Quốc là gì?

Đáp    Cũng giống như người Việt Nam, lương thực chính của người Hàn Quốc là cơm. Thấy bảo ban đầu, người Hàn Quốc chế biến gạo như bánh t'eok để ăn, nhưng về sau thì cho nước vào, đun sôi thổi thành cơm.

**3**

Hỏi    Thức ăn quan trọng trong ẩm thực Hàn Quốc là kimchi phải không?

Đáp    Ừ, có thể nói, kimchi là món ăn cơ bản nhất trong ẩm thực Hàn Quốc.

**4**

Hỏi    Nhiều người bảo tôi rằng kimchi rất tốt cho sức khỏe. Cậu có thể giải thích kĩ hơn được không?

Đáp    Trong kimchi chứa nhiều chất dinh dưỡng cần thiết cho cơ thể chúng ta như vitamin, axit amin... Không chỉ có thế, khoa học đã chứng minh là trong kimchi còn có cả những thành phần ngừa bệnh ung thư đấy.

**5**

Hỏi    Đồ ăn Hàn Quốc còn có canh và jigye nữa nhỉ?

Đáp    Ừ, đúng vậy.

**6**

Hỏi    Thế canh và jigye khác nhau như thế nào?

Đáp    Canh là món có nhiều nước, còn jigye là món có nhiều cái và ít nước hơn.

**7**

Hỏi    Vị ngon của canh và jigye phụ thuộc vào cái gì?

Đáp    Khi nấu canh và jigye, quan trọng nhất là việc nêm gia vị.

**8**

Hỏi    Vậy, để nêm gia vị cho ngon phải làm thế nào?

Đáp    Phải sử dụng gia vị đa dạng và giàu dinh dưỡng một cách thích hợp.

**9**

Hỏi    Gia vị của Hàn Quốc có những loại nào?

Đáp    Có các loại như muối, xì dầu, tương, tương ớt…

**10**

Hỏi    Vị ngon của thức ăn còn tùy thuộc vào tài nấu nướng của đầu bếp nữa chứ, đúng không?

Đáp    Tất nhiên rồi.

Luyện tập hội thoại và dịch nói theo cặp.

쌀밥

된장국

갈비김치찌개

김치

| 기본적이다 | tính cơ bản | 물을 붓다 | cho nước/đổ nước |
| --- | --- | --- | --- |
| 음식 | đồ ăn/món ăn | 끓이다 | luộc/làm sôi |
| 음식문화 | văn hóa ẩm thực | 밥을 지어먹다 | thổi cơm ăn |
| 국 | món canh | 반찬 | thức ăn |
| 찌개 | món kho | 건강 | sức khỏe |
| 김치 | kim chi | 설명하다 | giải thích |
| 주식 | lương thực chính | 비타민 | vitamin |
| 밥 | cơm | 아미노산 | axit – amin |
| 처음 | ban đầu | 영양소 | chất dinh dưỡng |
| 쌀 | gạo | 영양 성분 | thành phần dinh dưỡng |
| 떡을 찌다 | nặn bánh gạo | 들어있다 | có/hàm chứa |
| 그뿐 아니라 | không chỉ có vậy | 연구하다 | nghiên cứu |
| 암 | ung thư | 연구 결과 | kết quả nghiên cứu |
| 예방하다 | dự phòng | 밝히다 | làm rõ/làm sáng tỏ |
| 물질 | vật chất | 국물 | nước canh |
| 건더기 | cái (thức ăn) | 맛없다 | không ngon |
| 맛 | vị | 맛있다 | ngon |
| 짜다 | mặn | 달다 | ngọt |
| 쓰다 | đắng | 시다 | chua |
| -에 달리다 | tùy theo/tùy thuộc vào | 양념 | gia vị |
| 간을 하다 | nêm/tra/ướp gia vị | 영양분 | thành phần dinh dưỡng |
| 다양하다 | đa dạng | 사용하다 | sử dụng |
| 소금 | muối | 고추장 | tương ớt |
| 간장 | xì dầu | 요리사 | đầu bếp |
| 된장 | tương | 요리 솜씨 | tài nấu ăn |

위의 대화를 참고하여 한국의 기본적인 음식에 대해 소개하는 글을 써보십시오.

150

300

450

600

## 대표적인 음식 Món ăn tiêu biểu

### A. 떡국

**1** 문 : 한국의 설날에 특별히 먹는 음식이 있나요?
답 : 떡국이요. 떡국을 먹으면 나이를 하나 더 먹는 것과 같아요.

**2** 문 : 떡국은 어떤 음식이에요?
답 : 가래떡을 썰어 넣고 끓인 국이에요.

### B. 국수

**3** 문 : 국수는 특별히 언제 먹어요?
답 : 환갑잔치, 결혼식 등에서 하객들에게 대접하는 음식으로 유명해요.

**4** 문 : 어떤 의미가 있어요?
답 : 환갑 잔치 때에는 길이가 긴 면처럼 오래 살라는 "장수"의 의미를 가지고 있어요.

**5** 문 : 그러면 결혼식에서는 어떤 의미예요?
답 : 신랑과 신부가 오래오래 서로 사랑하며 살기를 바란다는 뜻이에요.

**6** 문 : 제가 "언제 국수를 먹게 해 줄 거예요?"라는 질문을 받았어요. 그게 무슨 뜻이에요?
답 : "언제 결혼할 거냐?"는 뜻이에요.

### C. 삼계탕

**7** 문 : 한국 사람들이 보통 언제 삼계탕을 먹어요?
답 : 삼계탕은 가장 더운 여름에 먹어요.

**8** 문 : "이열치열"이라는 말이 무슨 뜻이에요?
답 : 뜨거운 음식을 먹고 더위를 이긴다는 뜻이에요.

**9** 문 : 삼계탕을 만드는 데 어떤 재료들이 필요해요?
답 : 이 음식은 어린 닭의 배를 갈라 그 속에 찹쌀, 인삼, 대주, 마늘을 넣어 오랫동안 끓여서 국물이 하얗게 되면 소금과 후추로 간을 해서 먹어요.

**10** 문 : 삼계탕은 베트남어로 하면 어떻게 돼요?
답 : 베트남의 닭죽과 비슷한데 글자 그대로 하면 gà tần sâm 라고 할 수 있죠.

### A. 떡국 T'eokguk

**1**
Hỏi    Vào ngày Tết, ở Hàn Quốc có món ăn đặc biệt gì không?
Đáp    T'eokguk. Nếu ăn món này có nghĩa là thêm một tuổi.

**2**
Hỏi    T'eokguk là món ăn như thế nào?
Đáp    Là loại canh được nấu bằng bánh bột gạo thái lát.

### B. 국수 Món mì Kuksu

**3**
Hỏi    Món mì đặc biệt được ăn khi nào?
Đáp    Đây là món ăn nổi tiếng vì thường được dùng để đãi khách trong các dịp như tiệc mừng thọ 60 hay tiệc cưới···.

**4**
Hỏi    Nó có ý nghĩa gì vậy?
Đáp    Trong tiệc mừng thọ 60, nó có ý nghĩa là "trường thọ" - chúc người được mừng thọ sống lâu như sợi mỳ dài.

**5**
Hỏi    Thế trong đám cưới, món mì có ý nghĩa gì?
Đáp    Nó thể hiện mong muốn cho cô dâu chú rể yêu thương và chung sống với nhau bền lâu.

**6**
Hỏi    Có người hỏi tôi là: "Bao giờ chiêu đãi mì đấy?". Thế nghĩa là sao?
Đáp    Câu ấy nghĩa là: "Bao giờ cậu kết hôn thế?"

### C. 삼계탕 Samgyethang

**7**
Hỏi    Người Hàn Quốc thường ăn Samgyethang khi nào?
Đáp    Samgyethang thường ăn vào mùa hè, khi mà thời tiết nóng nhất.

**8**
Hỏi    Thế câu "dĩ nhiệt trị nhiệt" nghĩa là gì?
Đáp    Có nghĩa là ăn món nóng sẽ làm giảm cái nóng.

**9**
Hỏi    Để nấu Samgyethang cần những nguyên liệu gì?
Đáp    Để nấu món này, bạn cần khía bụng con gà non rồi nhồi gạo nếp, nhân sâm, táo đỏ, tỏi, sau đó hầm đến khi nước canh có màu trắng đục thì nêm muối và hạt tiêu là ăn được.

**10**
Hỏi    Samgyethang tiếng Việt gọi là gì thế?
Đáp    Trông khá giống cháo gà của Việt Nam nhưng nếu dịch sát câu chữ có thể gọi là gà tần sâm.

Luyện tập hội thoại và dịch nói theo cặp.

떡국

국수

삼계탕

| 대표적이다 | tiêu biểu |
| --- | --- |
| 가래떡 | bánh bột gạo |
| 썰다 | băm/thái |
| 소개하다 | giới thiệu |
| 설날 | ngày Tết Nguyên đán |
| 하객 | khách mời |
| 대접하다 | tiếp đãi |
| 유명하다 | nổi tiếng |
| 면 | mì/miến |
| 길다 | dài |
| 길이 | độ dài |
| 어른 | người lớn |
| 장수 | trường thọ |
| 신부 | cô dâu |
| 서로 | với nhau/lẫn nhau |
| 사랑하다 | yêu |
| 보다 | nhìn |
| 먹다 | ăn |
| 먹이다 | làm cho ăn |
| 먹여주다 | cho ăn |
| 질문 | câu hỏi |
| 질문을 받다 | nhận câu hỏi |
| 삼계탕 | gà tần sâm |

| | | | |
|---|---|---|---|
| 이열치열 | lấy nhiệt trị nhiệt | 어린이 | trẻ em |
| 실패하다 | thất bại | 신랑 | chú rể |
| 재료 | nguyên liệu | 살다 | sống |
| 닭 | gà | 삶 | cuộc sống |
| 찹쌀 | gạo nếp | 바라다 | mong |
| 대추 | táo đỏ | 대답하다 | trả lời |
| 바꾸다 | đổi | 질문하다 | hỏi |
| 떡국 | canh t'eok/canh bánh gạo | 질문을 던지다 | ra câu hỏi |
| 넣다 | bỏ vào | 질문에 답하다 | trả lời câu hỏi |
| 끓이다 | đun sôi | 더위 | cái nóng |
| 나이 | tuổi | 이기다 | thắng |
| 나이를 먹다 | thêm tuổi | 어린 닭 | gà tơ/gà non |
| 종류 | loại/chủng loại | 배 | bụng |
| 국수 | món mì | 가르다 | mổ/cắt |
| 환갑 | 60 tuổi | 속 | bên trong |
| 환갑잔치 | tiệc mừng thọ 60 tuổi | 인삼 | nhân sâm |
| 결혼하다 | kết hôn | 마늘 | tỏi |
| 결혼식 | lễ thành hôn/lễ cưới | 하얗다 | màu trắng |
| 결혼잔치 | tiệc cưới | 하얗게 되다 | trở nên trắng |
| 넓다 | rộng | 닭죽 | cháo gà |
| 넓이 | độ rộng | 생기다 | xảy ra/xuất hiện |
| 짧다 | ngắn | | |
| 어리다 | nhỏ/bé | | |

위의 대화를 참고하여 한국의 대표적인 음식에 대해 소개하는 글을 써보십시오.

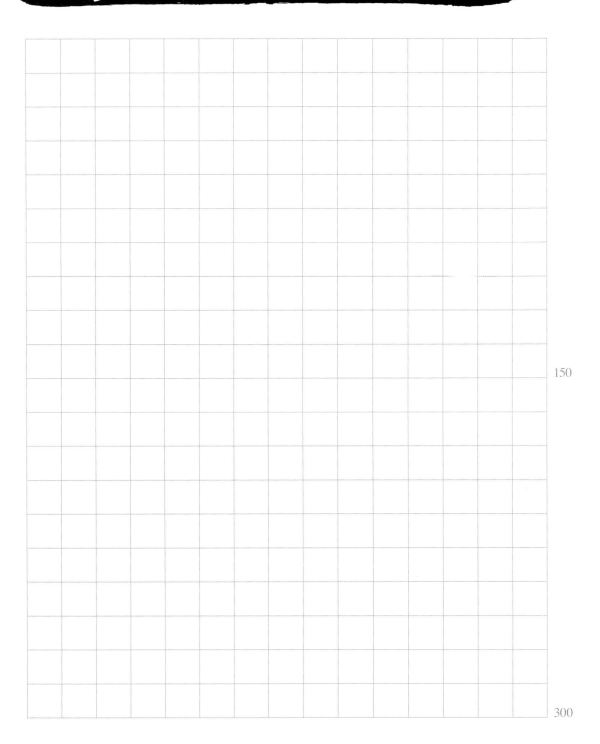

450

600

# 제17과

## 상차림 Cách bày bàn ăn

### A. 일상의 상을 차리는 방법

**1**
문 : 상을 차릴 때 밥과 국은 어디에 놓아요?
답 : 밥은 왼쪽에 놓고 국은 오른쪽에 놓아요.

**2**
문 : 젓가락과 숟가락은요?
답 : 상의 오른쪽에 놓는데 숟가락은 앞에, 젓가락은 뒤에 놓아요.

**3**
문 : 상의 중앙에는 무엇을 놓아요?
답 : 상의 중앙에는 간장, 고추장과 김치를 놓아요.

**4**
문 : 상을 차리는 데 다른 규칙이 있나요?
답 : 이렇게 여러 가지 음식을 한꺼번에 차려놓고 먹는 것이 기본 상차림이에요.

### B. 차례상 차리는 방법

**5**
문 : 차례상의 방향은 북쪽을 보게 하라는 말을 들었어요. 그게 정말이에요?
답 : 예, 맞아요. 신위가 있는 쪽이라고 믿어서예요. 그런데 편한 곳에 차려도 된다고 해요.

**6**
문 : 상을 차릴 때 어떤 일정한 방법이 있나요?
답 : "홍동백서", "어동육서", "조율이시" 등의 규칙에 따라야 해요.

**7**
문 : 그게 뭐예요? 무슨 뜻이에요? 천천히 설명해 주세요.
답 : "홍동백서"는 붉은 색 과일은 동쪽에 놓고, 흰색 과일은 서쪽에 놓는 것이에요.

**8**
문 : 그러면 "어동육서"는요?
답 : "어동육서"는 생선은 동쪽, 고기는 서쪽에 놓도록 한 것이에요.

**9**
문 : 그렇다면 "조율이시"는 과일을 놓는 방법이군요?
답 : 네, 맞아요. 왼쪽부터 대추, 밤, 배, 감의 순서대로 놓으면 돼요.

**10**
문 : 조금 복잡하지만 재미있군요.
답 : 맞아요. 저도 한국 상차림에 대해서 더 많이 배워야 할 것 같아요.

친구와 같이 짝이 되어 대화하고 통역하십시오.

## A. 일상의 상을 차리는 방법 Phương pháp bày bàn ăn hàng ngày

**(1)**
Hỏi    Khi bày bàn ăn thì cơm và canh sẽ đặt ở đâu?
Đáp    Cơm sẽ đặt bên trái, còn canh được bày bên phải.

**(2)**
Hỏi    Thế còn đũa và thìa?
Đáp    Thìa để trước, đũa để sau ở bên phải bàn ăn.

**(3)**
Hỏi    Món nào sẽ được bày ở giữa bàn?
Đáp    Ở giữa bàn đặt xì dầu, tương ớt và kimchi.

**(4)**
Hỏi    Còn có quy tắc nào nữa trong việc bày biện bàn ăn không?
Đáp    Nguyên tắc cơ bản trong bày bàn ăn là bày một lượt tất cả các món ăn lên rồi mới dùng bữa.

## B. 차례상 차리는 방법 Phương pháp bày mâm cơm cúng

**(5)**
Hỏi    Tôi nghe nói mâm cơm cúng phải được bày hướng về phía bắc. Điều đó có thật không?
Đáp    Ừ, đúng đấy. Vì người Hàn tin rằng đó là hướng các thần linh trú ngụ. Nhưng cũng có thể bày mâm cúng ở chỗ nào thuận tiện.

**(6)**
Hỏi    Khi bày biện mâm cơm cúng có cách thức nhất định nào không?
Đáp    Phải bày theo các nguyên tắc như: "Hồng đông bạch tây", "ngư đông nhục tây", "táo uất lý thị".

**(7)**
Hỏi    Nguyên tắc ấy là gì thế? Có ý nghĩa như thế nào? Nhờ cậu giải thích từ từ cho tôi nghe với.
Đáp    "Hồng đông bạch tây" là quả màu đỏ đặt ở phía đông, quả màu trắng đặt ở phía tây.

**(8)**
Hỏi    Thế "ngư đông nhục tây"?
Đáp    Là món cá thì đặt ở phía đông, món thịt để ở phía tây.

**(9)**
Hỏi    Nếu vậy, "Táo uất lí thị" là cách bày các loại hoa quả đúng không?
Đáp    Ừ đúng vậy. "Táo uất lí thị" là phải đặt hoa quả theo thứ tự lần lượt từ trái sang là táo đỏ, hạt dẻ, lê, hồng.

**(10)**
Hỏi    Hơi phức tạp nhưng mà thú vị đấy.
Đáp    Đúng thế. Tôi cũng sẽ phải học thêm nhiều về cách bày bàn ăn của người Hàn Quốc.

Luyện tập hội thoại và dịch nói theo cặp.

# 상차림

: 한국 사람들은 상 위에 여러 가지
음식을 한데 모아 식사를 한다. 숟
가락과 젓가락을 놓고 국그릇은
오른쪽에 밥그릇은 왼쪽에 놓는
다. 여러 사람과 함께 먹는 찌개나
국 그리고 반찬은 상의 중앙에 놓
고 먹는다. 일상적인 상차림과 달
리 차례상을 차릴 때에는 더 까다
로운 규칙이 있다. 과일은 "홍동백
서"와 "조율이시", 생선과 고기는
"어동육서"에 따라 놓아야 한다.

상차림

차례상

| | | | |
|---|---|---|---|
| 상 | bàn/mâm cơm | 놓다 | để/đặt |
| 일상 | thường ngày | 차례상 | bàn bày đồ lễ |
| 일상 생활 | cuộc sống hàng ngày | 오른쪽 | bên phải |
| 방법 | phương pháp | 왼쪽 | bên trái |
| 차다 | lạnh | 오른편 | bên phải |
| 마르다 | khô | 왼편 | bên trái |
| 젓가락 | đũa | 그릇 | bát |
| 앞 | trước | 숟가락 | thìa |
| 뒤 | sau | 위 | trên |
| 외 | ngoài | 아래 | dưới |
| 내 | trong | 제사 | cúng/lễ |
| 원칙 | nguyên tắc | 시=때 | khi/lúc |
| 한번 | một lần | 방향 | phương hướng |
| 한꺼번 | liền 1 lần | 편하다 | thoải mái |
| 차려놓다 | đặt/bày sẵn | 어동육서(漁東肉西) | ngư đông nhục tây |
| 차례 | thứ tự/nghi thức | 조율이시(棗栗梨柿) | táo uất lí thị |
| 신위 | bài vị | 따라 하다 | làm theo |
| 홍동백서(紅東白西) | hồng đông bạch tây | 천천히 | từ từ |
| V게 하다 | làm cho/khiến cho | 붉다 | đỏ |
| 곳 | nơi/chỗ | 과일 | hoa quả |
| 일정하다 | nhất định | 남쪽 | phía nam |
| 동쪽 | phía đông | 고기 | thịt |
| 서쪽 | phía tây | 밤 | hạt dẻ |
| 생선 | cá | 사과 | táo |
| 대추 | táo đỏ | 순서 | thứ tự |
| 배 | lê | 배우다 | học (bản năng) |
| 감 | hồng | | |

위의 대화를 참고하여 한국인의 상차림에 대해 소개하는 글을 써 보십시오.

150

300

450

600

# 제18과

## 식사 예절 Phép lịch sự trong bữa ăn

**1**
문 : 한국 사람들은 어떻게 식사해요?
답 : 밥을 주식으로 하고 국과 반찬을 같이 먹어요.

**2**
문 : 한국 사람들도 젓가락을 사용해요?
답 : 네, 젓가락과 숟가락을 사용해서 먹어요.

**3**
문 : "우리"라는 한국 민족의 공동체 의식은 식사 문화에도 잘 나타난다고 들었어요. 좀 설명해
주시겠어요?
답 : 한국에서는 밥은 각자 그릇에 먹지만 반찬을 같이 먹는 게 특징이에요.

**4**
문 : 그래요? 재미있네요. 그러면 국과 찌개는 어떻게 해요?
답 : 국과 찌개는 각자 그릇에 먹거나 한그릇에 담아 놓고 다 같이 숟가락으로 떠서 먹어요.

**5**
문 : 베트남 사람들도 비슷한 방법으로 먹는다는 걸 알고 있나요?
답 : 알죠. 그러나 베트남 사람들은 숟가락을 잘 쓰지 않은 편이고 주로 젓가락으로만 집어
먹어요.

**6**
문 : 와! 정말 신기해요! 한국사람과 베트남 사람 간의 식사예절에 대한 공통점이 많은 것 같아요.
그런데 다른 점도 있어요?
답 : 물론이죠.

**7**
문 : 너무 궁금해요! 구체적으로 이야기해 주세요.
답 : 한국인들은 밥그릇이나 국그릇을 손으로 들고 먹는 것을 버릇없다고 생각해요.

**8**
문 : 한국사람들은 한 상에서 다 같이 식사하지요?
답 : 예전에는 남여가 서로 다른 상에서 먹었는데 지금은 같이 먹어요.

**9**
문 : 그렇군요. 베트남에서는 어른과 식사할 때 노인에게 좋은 자리를 양보하고 어른이 식사가 끝
나면 차를 끓여 어른들께 권해야 해요. 한국은요?
답 : 마찬가지예요. 노인에게 좋은 자리를 양보하고 어른이 식사가 끝나면 자신이 식사하고 있더
라도 일어나서 차를 끓여 어른들께 권해야 해요.

**10**
문 : 베트남에서도 어른보다 먼저 일어나면 실례라고 생각하죠. 그런데 음식을 남기는 것은요?
답 : 옛날에는 음식을 남기는 것을 예의라고 보았으나 요즘은 음식을 남기지 않고 다 먹는 것을
좋게 봐요.

친구와 같이 짝이 되어 대화하고 통역하십시오.

| | | |
|---|---|---|
| **1** | Hỏi | Người Hàn Quốc dùng bữa như thế nào? |
| | Đáp | Họ ăn cơm là chính. Ăn kèm với canh và các loại thức ăn. |
| **2** | Hỏi | Người Hàn Quốc cũng dùng đũa phải không? |
| | Đáp | Ừ, họ dùng cả đũa và thìa khi ăn. |
| **3** | Hỏi | Tôi nghe nói là ý thức cộng đồng "uri" của dân tộc Hàn cũng thể hiện rất rõ trong văn hóa ẩm thực. Cậu có thể giải thích cho tôi không? |
| | Đáp | Ở Hàn Quốc có đặc trưng là cơm ăn bằng bát riêng, nhưng ăn chung thức ăn. |
| **4** | Hỏi | Thế à? Thú vị quá nhỉ. Vậy ăn canh và jigye như thế nào? |
| | Đáp | Có thể lấy canh và jigye vào bát của mình hoặc dùng thìa xúc từ bát chung để ăn. |
| **5** | Hỏi | Người Việt Nam cũng dùng bữa theo cách tương tự như vậy, cậu biết chứ? |
| | Đáp | Tôi biết mà. Nhưng người Việt Nam không hay dùng thìa, chủ yếu chỉ dùng đũa để gắp thức ăn. |
| **6** | Hỏi | Oa! Thật kì diệu! Có vẻ như phép tắc trong dùng bữa của người Hàn và người Việt có rất nhiều điểm chung. Thế nhưng cũng có điểm khác biệt phải không? |
| | Đáp | Tất nhiên rồi. |
| **7** | Hỏi | Tò mò quá đi! Cậu nói cụ thể hơn xem nào. |
| | Đáp | Người Hàn Quốc cho là cầm bát cơm hoặc bát canh lên ăn là không có ý tứ. |
| **8** | Hỏi | Người Hàn Quốc ngồi cùng mâm cơm với nhau khi dùng bữa chứ? |
| | Đáp | Trước đây, nam ngồi mâm riêng, nữ ngồi mâm riêng nhưng bây giờ đều dùng bữa cùng nhau. |
| **9** | Hỏi | Ra là vậy. Ở Việt Nam, khi ăn phải nhường chỗ ngồi thuận tiện cho người bề trên. Khi bề trên ăn xong là phải pha trà mời nước. Hàn Quốc thì sao? |
| | Đáp | Người Hàn Quốc khi dùng bữa cùng người bề trên thì không được đụng thìa đũa trước. Và phải ngồi tại chỗ đợi nếu như mình ăn xong trước. |
| **10** | Hỏi | Việt Nam cũng cho là ăn xong đứng dậy trước người lớn là bất lịch sự đấy. Nhưng để thừa thức ăn thì được chứ? |
| | Đáp | Ngày xưa, người ta coi việc để thức ăn thừa là có ý tứ, lễ nghĩa nhưng bây giờ lại đánh giá cao việc ăn hết, không để thừa thức ăn. |

Luyện tập hội thoại và dịch nói theo cặp.

# 식사 예절

: 한국인들은 밥그릇이나 국그릇을 들고 먹지
않으며 음식이 묻은 젓가락으로 다른 사람과
함께 먹는 반찬을 집으면 예의에 어긋난다
고 생각한다. 무엇보다도 어른과 식사할 때
의 예절을 지키는 것이 가장 중요한데 어른
보다 먼저 식사를 시작하면 안 되고 밥을 다
먹은 후에도 어른이 다 드실 때까지 기다려
야 한다. 음식은 최대한 남기지 않고 다 먹
는 것이 좋다.

| | |
|---|---|
| 식사 | bữa ăn |
| 예의범절 | lễ nghi phép tắc |
| 민족 | dân tộc |
| 공동체 | cộng đồng |
| 의식 | ý thức |
| 식사문화 | văn hóa trong bữa ăn |
| 음식문화 | văn hóa ẩm thực |
| 특징 | đặc trưng |
| 각각 | mỗi/từng |
| 담다 | chứa/đựng |
| 담아놓다 | có sẵn/chứa sẵn |
| 뜨다 | xúc |
| 숟가락으로 뜨다 | xúc bằng thìa |
| 공통점 | điểm chung |
| 유사점 | điểm tương đồng |
| 다른 점 | điểm khác |
| 국그릇 | bát canh |
| 손 | tay |
| 발 | chân |
| 지키다 | giữ |
| 중요하다 | quan trọng |
| 중요시하다 | coi trọng |
| 음식을 먹다 | ăn (thức ăn) |

| | | | |
|---|---|---|---|
| 노인 | người già | 밥공기 | bát cơm |
| 양보하다 | nhường/nhượng bộ | 밥공기를 들다 | nâng bát/cầm bát lên |
| N이/가 끝나다 | kết thúc | 손으로 들다 | nâng/cầm bằng tay |
| N을/를 끝내다 | kết thúc | 버릇없다 | không có ý tứ/hỗn láo |
| 차 | trà/chè | 먼저 | trước tiên/trước hết |
| 차를 마시다 | uống trà | 그 다음/그 후 | sau đó |
| 실례가 되다 | bị thất lễ | 마지막으로 | cuối cùng |
| 실례하다 | thất lễ | 자리 | chỗ |
| 예의가 바르다 | lễ phép/đúng mực | 일어서다 | đứng lên |
| 식사하다 | ăn/dùng bữa | 일어나다 | dậy/đứng dậy |
| 함께 | cùng nhau | 이쑤시개 | tăm |
| -와/과 같이 | cùng với | 커피를 타다 | pha cà phê |
| -을/를 나타내다 | biểu đạt/biểu thị | 기다리다 | đợi |
| -이/가 나타나다 | biểu đạt/biểu thị | 남기다 | để lại |
| 집단 | nhóm | 옛날 | ngày xưa |
| 집다 | gắp | 예의있다 | có lễ phép |
| 젓가락으로 집다 | gắp bằng đũa | 예의없다 | vô lễ |
| 잡다 | bắt/tóm | | |
| 밥을 떠서 먹다 | xúc cơm ăn | | |
| 비슷하다 | tương tự | | |
| 같다/똑같다 | giống | | |
| 차이점 | điểm khác biệt | | |
| 밥그릇 | bát cơm | | |

150

300

450

600

# 식사 시 유의 사항 Lưu ý khi dùng bữa

**1**
문 : 식사할 때 한국 사람들은 뭐부터 먹기 시작해요?
답 : 사람마다 좀 다르지만 보통 국물부터 먹어요.

**2**
문 : 베트남 사람과 마찬가지로 한국 사람들도 젓가락을 잘 사용한대요?
답 : 그럼요. 한국 사람들은 음식을 수저로 먹어요. 이때 수저로 음식을 뒤적거리나 그릇에 부딪혀서 소리가 나면 안돼요.

**3**
문 : 그렇군요. 음식을 먹을 때 주의해야 할 점이 또 있나요?
답 : 네, 많아요. 예를 들어 음식을 씹을 때는 입을 다물고 씹고 소리를 내지 않도록 신경을 써야 해요. 먹는 도중에 수저에 음식이 묻어 있으면 안 되고 식사 중에 자리를 뜨지 않는 게 좋아요.

**4**
문 : 식사하면서 텔레비전은 볼 수 있지요?
답 : 아니요. 식사 중에 신문, 텔레비전 등을 보면 안돼요. 실례되는 행동이라서요.

**5**
문 : 예, 알겠어요. 그런데 음식을 먹는 도중에 뼈나 생선 가시 등 먹을 수 없는 게 있을 때는 어떻게 하죠?
답 : 옆사람에게 보이지 않게 조용히 휴지에 싸서 버리면 돼요.

**6**
문 : 식사 중에 재채기나 기침이 나올 때는 그냥 편하게 해도 되죠?
답 : 그렇게 하면 안되죠. 고개를 돌리며 입을 가리고 해야 해요.

**7**
문 : 멀리 떨어져 있는 음식을 먹고 싶을 때는 어떻게 하면 좋을까요?
답 : 옆 사람에게 집어 달라고 부탁하면 돼요.

**8**
문 : 음식을 다 먹었을 때 무엇을 해야 해요?
답 : 그때는 수저를 처음 위치에 가지런히 놓고, 사용한 냅킨은 접어서 상 위에 놓아요.

**9**
문 : 제가 이쑤시개를 꼭 사용해야 하는데 괜찮아요?
답 : 편하게 써요. 다만 한 손으로 가리고 사용하고, 사용 후에는 남에게 보이지 않게 처리하는 게 좋아요.

**10**
문 : 식사 예절이 정말 복잡해요. 안 그래요?
답 : 맞아요. 근데 익숙해지면 편할 거예요.

친구와 같이 짝이 되어 대화하고 통역하십시오.

**1**

Hỏi  Khi dùng bữa, người Hàn Quốc bắt đầu bằng món gì?

Đáp  Mỗi người sẽ khác nhau nhưng nhiều người thường bắt đầu với nước canh.

**2**

Hỏi  Nghe nói, cũng giống như người Việt Nam, người Hàn Quốc rất giỏi dùng đũa.

Đáp  Ừ, người Hàn Quốc ăn bằng thìa và đũa. Nhưng chú ý đừng bới chọn thức hoặc để thìa đũa va vào bát thành tiếng.

**3**

Hỏi  Thế à. Còn điều gì cần phải lưu ý khi ăn nữa không?

Đáp  Ừ, nhiều lắm. Ví dụ như, khi nhai phải mím miệng, chú ý không để phát thành tiếng. Trong lúc ăn, không được để đồ ăn dính vào đũa và thìa, không rời khỏi chỗ khi đang ăn.

**4**

Hỏi  Thế có thể vừa ăn vừa xem ti vi không?

Đáp  Không. Khi ăn không được đọc báo hay xem ti vi. Vì đó là hành động thất lễ.

**5**

Hỏi  Ừ, tôi hiểu rồi. Thế nhưng khi đang ăn mà có xương thịt hay xương cá không thể nuốt được thì làm thế nào?

Đáp  Gói xương vào tờ giấy rồi kín đáo bỏ đi, không để người bên cạnh nhìn thấy là được.

**6**

Hỏi  Đang ăn mà muốn ho hoặc hắt hơi thì có thể cứ tự nhiên được không?

Đáp  Làm thế sao được. Phải quay đi và che miệng vào chứ.

**7**

Hỏi  Thế nếu muốn gắp món đặt xa chỗ của mình thì làm thế nào?

Đáp  Nhờ người bên cạnh gắp hộ là được.

**8**

Hỏi  Phải làm gì khi đã ăn xong?

Đáp  Nếu ăn xong, để thìa và đũa vào vị trí ban đầu, gấp lại khăn ăn đã dùng và để lên bàn.

**9**

Hỏi  Có sao không nếu tôi nhất định phải dùng tăm?

Đáp  Bạn cứ dùng thoải mái. Nhưng nên lấy một tay che miệng khi xỉa răng, dùng xong kín đáo bỏ đi là được.

**10**

Hỏi  Phép tắc trong ăn uống thật phức tạp. Phải thế không?

Đáp  Ừ. Nhưng nếu quen rồi sẽ thấy thoải mái.

Luyện tập hội thoại và dịch nói theo cặp.

| | | | |
|---|---|---|---|
| 유의하다 | lưu ý | 집다 | gắp |
| 유의 사항 | những điều cần lưu ý | 수저 | thìa đũa |
| 부딪히다 | va/đụng | 다물다 | ngậm |
| 소리가 나다 | phát ra tiếng | 입을 다물다 | ngậm miệng/mím môi |
| 예를 들다 | đưa ra ví dụ | 신경 | thần kinh |
| 씹다 | nhai | 신경을 쓰다 | lưu ý/chú ý/lưu tâm |
| 음식을 씹다 | nhai thức ăn | 도중/중 | trong/trong lúc |
| 묻다 | bám/dính | 식사 중 | trong bữa ăn |
| 뜨다 | nổi lên/đứng lên | 실례되다 | thất lễ/bất lịch sự |
| 자리를 뜨다 | đứng dậy/rời khỏi chỗ | 행동 | hành động |
| 텔레비전 | ti vi | 행위 | hành vi |
| 신문 | báo | 뼈 | xương |
| 신문을 보다 | xem báo/đọc báo | 생선 | cá |
| 입에 넘기다 | cho qua/nuốt trôi | 생선 가시 | xương cá |
| 조용하다 | im lặng | 바닥 | nền/sàn |
| 종이 | giấy | 버리다 | vứt/ném đi |
| 싸다 | gói | 재채기가 나오다 | hắt hơi |
| 편하다 | thoải mái | 기침 | ho |
| 고개 | cổ | 그냥 | cứ thế |
| 돌리다 | quay | 가리다 | che/chắn |
| 멀다 | xa | 입을 가리다 | che miệng |
| 멀리 | một cách xa | 사양하다 | khách sáo/khách khí |
| 떨어지다 | rời/tách/cách | 가지런하다 | gọn gàng/ngay ngắn |
| 집어 주다 | gắp cho | 가지런히 | một cách gọn gàng |
| 대강 | đại khái/qua loa | 냅킨 | khăn ăn |
| 접다 | gấp/gập | 처리하다 | xử lí |
| 시작하다 | bắt đầu | 익숙하다 | quen |
| 김칫국 | canh kim chi | | |
| 뒤적거리다 | đảo/trộn | | |

위의 대화를 참고하여 한국인과의 식사 시 유의 사항에 대해 소개하는 글을 써보십시오.

450

600

# 제20과

## 식사 대접 예절 Phong tục khi đãi khách

**1** 문 : 여러 사람이 같이 식사를 할 때 돈을 내는 방식은 나라마다 조금씩 다르다고 들었는데 한국 사람들은 어때요?

답 : 한국에서는 남자와 여자가 식사를 할 때는 보통 남자가 내요. 베트남 사람도 그렇죠?

**2** 문 : 예. 그런데 네 다섯 명 정도 모여서 식사를 할 때는 누가 식사비를 부담하게 되나요?

답 : 나이가 많은 사람이 내는 경우가 많아요. 그렇지만 상황에 따라 다를 수 있죠. 예를 들어 경제적으로 여유가 있는 사람이 내기도 하고 좋은 일이 생긴 사람이 친구들을 초대해서 한턱을 내기도 해요.

**3** 문 : 그런데 그렇게 하면 밥을 사주는 사람에게도 밥을 얻어먹는 사람에게도 부담이 되지 않을까요?

답 : 그럴 수 있어요. 그래서 요즘은 자신이 먹은 음식에 대해서 각자 지불하는 경우가 많아지고 있어요.

**4** 문 : 그것을 "더치페이"라고 하죠?

답 : 네, 요즘 젊은이들은 더치페이로 식사 비용을 해결하는 것이 일반화됐어요.

**5** 문 : 더치페이가 서로 부담이 없어 편리하지만 정은 없는 것 같아요.

답 : 네, 그렇게 느낄 수도 있겠네요.

**6** 문 : 그러면 직장에서의 식사 대접은 어때요?

답 : 직원들끼리 간단한 식사를 할 때는 직위가 높은 사람이 돈을 내는 경우가 많아요.

**7** 문 : 회식 때는요?

답 : 회식을 할 때는 보통 회사에서 제공되는 회식비로 해결해요. 여러 사람이 같이 식사를 할 때는 미리 회비를 걷거나 식사 후에 식사비를 사람 수 대로 나누어서 돈을 걷기도 해요.

**8** 문 : 거래처 직원과 식사를 할 때도 그렇게 하나요?

답 : 아니요. 보통 접대를 해야 하거나 식사 약속을 먼저 한 사람이 내요.

**9** 문 : 그러면 한국에서 식사비를 내는 데 정해진 규칙이 있어요?

답 : 아니요. 그런 것은 없지만 만약에 이번에 내가 음식 값을 냈다면 다음 번에는 상대방이 식사비를 부담하는 것이 보통이에요.

**10** 문 : 베트남 사람들도 그래요. 아마 두 국가 모두 식사 대접 예절이 비슷한 것 같죠?

답 : 예, 저도 같은 생각이에요.

친구와 같이 짝이 되어 대화하고 통역하십시오.

| 1 | Hỏi | Tôi nghe nói là khi nhiều người cùng ăn, cách thức trả tiền ở mỗi nước ít nhiều có sự khác biệt. Người Hàn Quốc thế nào? |
| | Đáp | Ở Hàn Quốc, khi một chàng trai và cô gái đi ăn với nhau, thường người trả tiền sẽ là chàng trai. Người Việt Nam cũng thế đúng không? |
| 2 | Hỏi | Ừ. Nhưng ai sẽ trả tiền nếu có khoảng 4 -5 người cùng ăn? |
| | Đáp | Phần lớn là do người nhiều tuổi hơn thanh toán. Nhưng cũng tùy trường hợp. Ví dụ, người dư dả hơn sẽ trả tiền, hoặc ai đó có việc tốt đáng mừng cũng có thể khao bạn bè. |
| 3 | Hỏi | Nhưng nếu vậy, chẳng phải sẽ khiến cho cả người mời và người được ăn cảm thấy ngại sao? |
| | Đáp | Cũng có thể như vậy. Thế nên gần đây bắt đầu phổ biến thói quen ai ăn người nấy trả. |
| 4 | Hỏi | Cái đó gọi là "dutch pay - chia ra để trả" phải không? |
| | Đáp | Ừ, hiện nay lớp trẻ đều coi việc chia ra để trả tiền ăn là bình thường. |
| 5 | Hỏi | Góp tiền trả như thế giúp mọi người đỡ ngại nhưng có vẻ không được tình cảm. |
| | Đáp | Ừ, mọi người chắc cũng cảm thấy như thế. |
| 6 | Hỏi | Vậy việc tiếp đãi ăn uống ở nơi làm việc như thế nào? |
| | Đáp | Nếu là bữa ăn đơn giản của một nhóm nhân viên, thường người có chức vụ cao hơn sẽ trả tiền. |
| 7 | Hỏi | Còn khi liên hoan cả công ty? |
| | Đáp | Nếu là liên hoan tập thể, sẽ trả bằng tiền quỹ của công ty. Còn nếu không, khi đông người cùng ăn, sẽ thu tiền trước hoặc sau khi ăn, chia đều tiền ăn tùy theo số người rồi gom lại để thanh toán. |
| 8 | Hỏi | Khi ăn cơm với đối tác kinh doanh cũng thế à? |
| | Đáp | Không. Thường thì mình phải mời người ta, hoặc người hẹn đi ăn sẽ phải trả tiền. |
| 9 | Hỏi | Nếu vậy, có qui tắc nào được đặt ra cho việc trả tiền ăn ở Hàn Quốc không? |
| | Đáp | Không. Không có qui tắc như vậy, nhưng theo lệ, nếu lần này người này trả tiền ăn thì lần sau gặp, người khác sẽ trả. |
| 10 | Hỏi | Người Việt Nam cũng thế. Hình như tất cả các phép tắc khi đãi khách của Việt Nam và Hàn Quốc đều khá giống nhau nhỉ? |
| | Đáp | Ừ, tôi cũng nghĩ vậy. |

Luyện tập hội thoại và dịch nói theo cặp.

# 식사 대접 예절

: 요즘 한국의 젊은이들은 '더치페이'에 익숙하겠지만 아직도 많은 한국인들은 '더치페이'를 정(情)이 없다고 느낀다. 그래서 나이가 많은 사람이 계산을 하기도 하고 순서를 정해 돌아가면서 계산을 하기도 한다. 식사 약속을 먼저 제안한 사람이 식사 값을 지불하는 경우도 있다.

| 대접하다 | đãi/tiếp đãi |
|---|---|
| 식사 대접 | mời ăn/đãi khách |
| 방식 | phương thức/cách thức |
| -마다 | mỗi/từng |
| 조금 | một chút |
| -씩 | từng/mỗi |
| 상황 | tình huống/hoàn cảnh |
| 경제 | kinh tế |
| 경제적이다 | tính kinh tế |
| 여유있다 | rảnh rỗi/dư dả |
| 초대하다 | mời |
| 초대말 | lời mời |
| 초대장 | giấy mời |
| 각자 | mỗi người |
| 지불하다 | chi trả |
| 젊은이들 | người trẻ/thanh niên |
| 해결하다 | giải quyết |
| 냉정하다 | lạnh lùng |
| -끼리 | nhóm |
| 간단하다 | đơn giản |
| 직위 | chức vụ |
| 상사 | cấp trên |
| 사람 수 | số người |

| | | | |
|---|---|---|---|
| -대로 | theo... | 회식 | liên hoan |
| 거래처 | nơi giao dịch | 미리 | trước |
| 접대하다 | tiếp đãi | 회식비 | phí liên hoan |
| 다음번 | lần sau | 회비를 걷다 | thu tiền liên hoan |
| 아마 | có lẽ | 식사 후 | sau khi ăn |
| 다르다 | khác | 식사 약속 | hẹn ăn |
| 남자 | con trai | 약속 시간 | giờ hẹn |
| 여자 | con gái | 규칙 | qui tắc |
| 모이다 | tụ tập/họp mặt | 음식값 | tiền ăn |
| 식사비(용) | tiền ăn | | |
| 부담되다 | ngại/khó nghĩ | | |
| 환경 | hoàn cảnh | | |
| 경우 | trường hợp | | |
| 좋은 일 | việc tốt | | |
| 한턱내다 | khao/đãi | | |
| 밥을 사주다 | mời cơm | | |
| 밥을 얻어먹다 | được mời ăn cơm | | |
| 요즘 | dạo này/độ này | | |
| 더치페이 | góp lại để trả tiền | | |
| 일반화하다 | trở nên bình thường | | |
| 마음 | tấm lòng /tâm trạng | | |
| 시원하다 | thoải mái/nhẹ nhõm | | |
| 고집하다 | cố chấp | | |

위의 대화를 참고하여 한국인의 식사 대접 예절에 대해 소개하는 글을 써보십시오.

450

600

# 제21과

## 음주 문화 Văn hóa uống rượu

**1**
문 : 일반적으로 한국인은 음주가무를 좋아한다는 말을 들었어요. 그게 사실이에요?
답 : 예, 한국인은 술을 마시며 노래하는 것을 좋아하는 '흥'이 많은 민족이에요.

**2**
문 : 한국 사람들의 사회적 모임이나 집안 모임에 술이 없는 경우가 없죠?
답 : 그렇다고 말할 수 있어요.

**3**
문 : 그 정도로 술을 좋아해요?
답 : 스트레스를 풀고 싶을 때나 하던 일이 끝났을 때 마셔요. 좋은 사람을 만날 때도 마시지만 피로할 때도 마시고 그냥 갈증이 날 때도 마셔요.

**4**
문 : 그렇다면 한국인의 일상생활에서 술을 빼놓을 수 없다고 해도 과언이 아니죠?
답 : 그래요.

**5**
문 : 어떤 친구에게서 한국인은 폭탄주를 싫어한다는 말을 들었는데 무슨 뜻이에요?
답 : 폭탄주라는 말은 두 가지 이상의 술을 섞어 마시는 것으로 주로 소주와 맥주를 섞어 마셔요.

**6**
문 : 그렇게 마시면 쉽게 취하지 않아요?
답 : 물론이죠. 그래서 미리 대비하는 전략이 있어야 해요.

**7**
문 : 어떻게 대비해야 좋아요?
답 : 물을 미리 많이 마시고 안주를 잘 먹으면서 천천히 마시면 돼요.

**8**
문 : 그래요? 다른 유의해야 할 점도 있으면 알려 주세요.
답 : 술을 마시면서 담배를 피우면 독이 되니까 신경을 써야 해요.

**9**
문 : 요즘 한국 사람들도 옛날처럼 술을 많이 마셔요?
답 : 아니요. 건강에 관심이 많아져서 자신의 체질에 따라 마셔요. 그리고 남에게도 무리하게 술을 권하지 않아요.

**10**
문 : 좋아요. 그런데 술을 마신 후 운동해도 돼죠?
답 : 아니요. 술을 마시면 반사신경과 판단력이 둔해져서 상처를 입거나 남을 다치게 할 수 있어요. 운전도 절대 하지 말아야 해요.

친구와 같이 짝이 되어 대화하고 통역하십시오.

**1** Hỏi Tôi nghe nói, thông thường, người Hàn Quốc thích ca hát nhảy múa khi uống rượu. Điều đó có đúng không?

Đáp Ừ, người Hàn Quốc thường có nhã hứng với việc vừa uống rượu vừa ca hát.

**2** Hỏi Trong các cuộc cứ gặp gỡ xã giao hay sum họp gia đình của người Hàn quốc đều phải có rượu nhỉ?

Đáp Cũng có thể nói như vậy.

**3** Hỏi Người Hàn thích rượu đến thế ư?

Đáp Họ uống khi cần xả xì trét, uống khi được giải phóng khỏi công việc. Khi gặp được bạn hiền cũng uống, khi mệt cũng uống, uống cả khi chỉ đơn giản là thấy khát.

**4** Hỏi Như vậy, chắc sẽ không phải là quá lời nếu nói rằng trong cuộc sống hàng ngày, người Hàn không thể thiếu rượu chứ?

Đáp Đúng thế.

**5** Hỏi Thấy một người bạn của tôi bảo là rất ghét poktan-ju của người Hàn Quốc, nghĩa là gì thế?

Đáp Poktan-ju là loại rượu được pha từ hơn hai loại đồ uống có cồn, người Hàn Quốc thường pha lẫn rượu soju và bia.

**6** Hỏi Uống như thế chẳng phải là dễ bị say hay sao?

Đáp Tất nhiên rồi. Vì thế phải có chiến lược phòng trước.

**7** Hỏi Nên phòng trước như thế nào?

Đáp Trước đó, hãy uống nhiều nước, ăn nhiều đồ nhắm và cứ uống từ tốn là được.

**8** Hỏi Thế à? Còn điều gì cần lưu ý nữa thì bảo tôi nhé.

Đáp Nếu vừa uống rượu vừa hút thuốc sẽ rất có hại đấy, cậu phải để ý.

**9** Hỏi Bây giờ, người Hàn Quốc vẫn uống nhiều rượu như trước à?

Đáp Không, họ bắt đầu quan tâm nhiều hơn đến sức khỏe nên uống tùy theo thể trạng và không ép người khác một cách vô lý nữa.

**10** Hỏi Thế thì tốt quá. Vận động sau khi uống rượu xong có được không?

Đáp Không. Khi đã uống rượu, thần kinh phản xạ và khả năng phán đoán sẽ giảm sút nên có thể bị thương hoặc làm người khác bị thương. Ngoài ra, tuyệt đối không được lái xe.

Luyện tập hội thoại và dịch nói theo cặp.

# 음주

: 한국인들은 모두 술을 좋아하고 술을 잘 마신다? 당연히 모든 한국
인이 그런 것은 아니다. 다만, 대학교와 직장에 '회식'문화가 있다 보
니 이러한 말이 생겨나게 되었다. 그러나 요즘 직장의 '회식'문화가
점점 없어지거나 자유롭게 바뀌어서 회식 대신 여러 가지 다른 취미
생활을 통해 서로 교류하는 회사가 늘어나고 있다.

| | | | |
|---|---|---|---|
| 한국인 | người Hàn | 음주가무 | uống rượu ca múa |
| 음주 | uống rượu | 사회적 모임 | cuộc gặp xã giao |
| 취하다 | say | 술 | rượu |
| 싸우다 | đánh nhau | 스트레스 | căng thẳng/stress |
| 헤어지다 | chia tay | 피로하다 | mệt mỏi |
| 흥이 많다 | cao hứng | 갈증 | chứng khát |
| 해소하다 | giải tỏa | 갈증이 나다 | bị khát nước |
| 해소되다 | được giải tỏa | 과언 | quá lời |
| 해방하다 | giải phóng | 과언이 아니다 | không phải là quá lời |
| 해방되다 | được giải phóng | 맥주 | bia |
| 양주 | rượu tây | 잔 | chén |
| 따르다 | rót | 컵 | cốc |
| 담배 | thuốc lá | 물론 | tất nhiên |
| 담배를 피우다 | hút thuốc lá | 대비하다 | đối phó/chuẩn bị |
| 독 | độc | 독이 되다 | trở nên độc/hóa độc |
| 술을 권하다 | mời rượu | 독약 | độc dược |
| 운동하다 | vận động/thể dục | 체질 | thể chất |
| 둔하다 | đơ/đờ đẫn | 무리하다 | vô lí/quá sức |
| 둔해지다 | trở nên chậm, lờ đờ | 반사 | phản xạ |
| 다치다 | bị thương | 판단력 | khả năng phán đoán |
| 다치게 하다 | làm cho bị thương | 상처 | vết thương |
| 상처를 입다 | bị thương | 폭탄주 | rượu pha bia |
| 관대하다 | rộng lượng/bao dung | 운전하다 | lái xe |
| 가지다 | có/mang | 소주 | rượu soju |
| 왜냐하면 | bởi vì | | |

위의 대화를 참고하여 한국인의 음주 문화에 대해 소개하는 글을 써 보십시오.

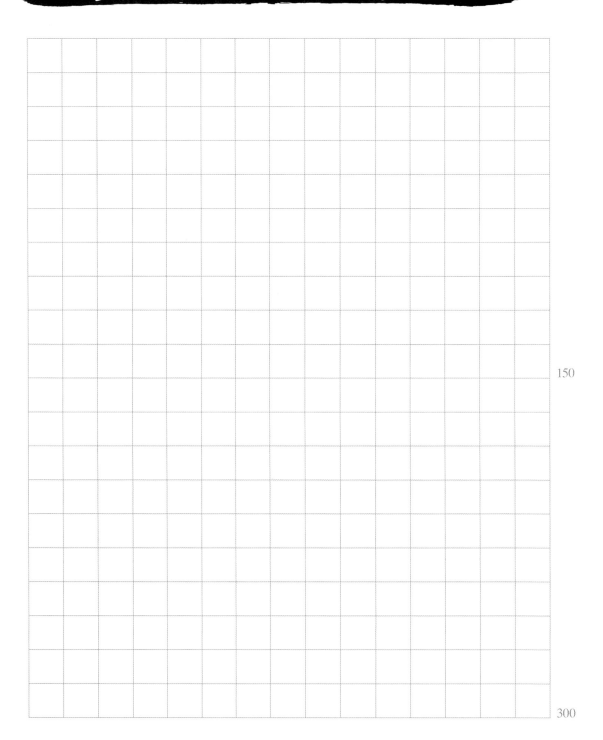

150

300

450

600

# 제4부

## 한국인의 전통 의상
Y phục truyền thống của người Hàn Quốc

# 제22과

## 한복 소개 Giới thiệu về Hanbok

**1**
문 : 한국인의 전통 옷은 한복이죠?
답 : 예, 한복은 한국 고유의 옷이에요.

**2**
문 : 한복의 특징이 무엇인가요?
답 : 한복은 직선과 약간의 곡선이 기본이 되어 옷의 선이 아름다운 것이 특징이에요.

**3**
문 : 제가 알기로는 한복의 종류가 많은 것 같아요.
답 : 예, 성별에 따라, 연령대에 따라, 그리고 격식에 따라 그 모양과 색이 달라져요.

**4**
문 : 한복의 색깔에 다양한 의미가 있다고 들었는데 좀 설명해 주시겠어요?
답 : 여성복의 경우, 자주색 고름은 남편이 있다는 뜻이고 남색 소매는 아들이 있다는 뜻이에요.

**5**
문 : 재미있군요. 그러면 신부와 처녀는 어떻게 구분해요?
답 : 결혼한 지 얼마 안 된 신부는 연두색 저고리에 빨간색 치마를 입고 처녀는 노란색 저고리에
빨간색 치마를 입어요.

**6**
문 : 전통 한복은 어때요?
답 : 전통 한복은 통풍이 잘 되고 색의 조화가 아름다워요. 하지만 한복은 입고 벗기 좀 불편해요.

**7**
문 : 그런 이유로 주로 결혼식과 같은 잔치나 명절 때에만 한복을 입는 거군요.
답 : 예, 그렇죠.

**8**
문 : 요즘은 "생활 한복"이 유행하고 있죠?
답 : 그것도 알아요? 네, 맞아요. 최근 생활하기 편리하도록 만들어진 개량 한복이 등장해 평상시
에 생활복으로 입기도 해요.

**9**
문 : 전통 한복보다 입고 활동하기가 편할 것 같아요.
답 : 그렇지요.

**10**
문 : 이렇게 멋진 한복을 다른 나라에도 알려야 할 것 같은데요.
답 : 유명한 디자이너들이 한복을 드레스로 변형시켜 한복의 고전적이면서도 보편적인 아름나움
을 전 세계에 널리 알리고 있어요.

친구와 같이 짝이 되어 대화하고 통역하십시오.

**1** Hỏi Trang phục truyền thống của người Hàn Quốc là Hanbok phải không?

Đáp Ừ, Hanbok là trang phục truyền thống của Hàn Quốc.

**2** Hỏi Đặc trưng của Hanbok là gì?

Đáp Đặc trưng của Hanbok là vẻ đẹp của đường lượn trên thân áo, về cơ bản nó được tạo thành từ các đường thẳng và đường cong nhẹ nhàng.

**3** Hỏi Theo tôi biết, hình như Hanbok có rất nhiều loại?

Đáp Ừ, hình dáng và màu sắc của Hanbok sẽ khác nhau tùy theo giới tính, lứa tuổi của người mặc và tình huống giao tiếp.

**4** Hỏi Nghe nói là màu sắc của Hanbok có ý nghĩa rất đa dạng. Cậu có thể giải thích cho tôi ý nghĩa của các màu sắc đó được không?

Đáp Với y phục của phụ nữ, dây buộc áo khoác màu đỏ tía nghĩa là đã có chồng, ống tay áo màu lam nghĩa là đã có con trai.

**5** Hỏi Hay nhỉ. Vậy cũng phải có cách phân biệt phụ nữ có chồng với cô gái chưa chồng chứ?

Đáp Đúng thế. Cô dâu mới mặc áo màu xanh vỏ đỗ cùng váy đỏ, con gái chưa chồng mặc áo màu vàng với váy đỏ.

**6** Hỏi Hanbok truyền thống thì thế nào?

Đáp Hanbok truyền thống có chất liệu mát, màu sắc hài hòa nên rất đẹp. Tuy nhiên khi mặc vào hay thay ra lại khá bất tiện.

**7** Hỏi Vì thế mà người Hàn Quốc chỉ mặc Hanbok vào những dịp lễ tết hoặc có tiệc như cưới xin thôi nhỉ!

Đáp Ừ, đúng vậy.

**8** Hỏi Gần đây đang có mốt "hanbok đời thường" phải không?

Đáp Cậu cũng biết mốt ấy à? Ừ đúng đấy. Dạo này xuất hiện hanbok cách tân được thiết kế tiện lợi, nên ngày thường người Hàn Quốc cũng mặc Hanbok như quần áo bình thường khác.

**9** Hỏi Mặc cái đó thì hoạt động thoải mái hơn Hanbok truyền thống chứ?

Đáp Đúng thế.

**10** Hỏi Bộ Hanbok tuyệt đẹp thế này thì phải quảng bá đến cả quốc gia khác trên thế giới chứ.

Đáp Các nhà thiết kế mẫu nổi tiếng đã cách tân Hanbok thành váy và quảng bá vẻ đẹp vừa cổ điển vừa mang tính đại chúng của Hanbok ra thế giới.

Luyện tập hội thoại và dịch nói theo cặp.

# 한복

: 한복은 입는 사람에 따라 옷맵시가 바뀌는 한
국 전통 옷이다. 한복이 가진 직선과 곡선의
아름다움을 그대로 살리고 성별, 나이, 격식
에 따라 그 모양과 색을 달리 한다. 그러나 전
통 한복은 입고 벗기가 불편하다는 단점이 있
다. 이를 개선하여 등장한 '개량 한복'은 현대
인의 생활에 맞게 디자인 되어 어르신뿐만 아
니라 젊은 사람들에게도 인기가 많다.

한복

| 전통 옷 | quần áo truyền thống |
|---|---|
| 한복 | Hanbok/ quần áo truyền thống Hàn Quốc |
| 고유 | cố hữu/vốn có |
| 고유 특징 | đặc trưng vốn có/ đặc trưng dân tộc |
| 선 | đường |
| 종류 | chủng loại/loại |
| 성별 | giới tính |
| 연령 | tuổi/tuổi tác/lứa tuổi |
| 연령대 | lứa tuổi |
| 여성 | nữ giới |
| 남성 | nam giới |
| 여성복 | quần áo nữ |
| 남성복 | quần áo nam |
| 남편 | chồng |
| 아내 | vợ |
| 소매 | tay áo |
| 남색 소매 | tay áo màu lam |
| 아들 | con trai |
| 딸 | con gái |
| 연두색 | màu xanh vỏ đỗ |
| 저고리 | áo của hanbok/chogori |

| | | | | |
|---|---|---|---|---|
| 빨간색 | màu đỏ | | 자주색 | màu tím/đỏ tía |
| 노란색 | màu vàng | | 고름 | dây buộc (áo khoác) |
| 벗다 | cởi/bỏ ra/thay ra | | 처녀 | cô gái chưa chồng |
| 입다 | mặc | | 치마 | váy |
| 불편하다 | bất tiện | | 전통 한복 | Hanbok truyền thống |
| 이유 | lí do | | 통풍 | thoáng gió/mát |
| 명절 | lễ tết | | 주로 | chủ yếu |
| 생활 한복 | Hanbok đời thường | | 유행하다 | thịnh hành/phổ biến |
| 만들어지다 | được làm/được tạo ra | | 최근 | gần đây |
| 평상 | bình thường | | 개량 | cải tiến/cách tân |
| 평상 시 | lúc bình thường | | 개량 한복 | Hanbok cách tân |
| 평일 | ngày thường | | 전세계 | cả thế giới |
| 생활복 | trang phục ngày thường | | 멋지다 | đẹp, tuyệt vời |
| 활동하다 | hoạt động | | 유명하다 | nổi tiếng |
| 독특하다 | độc đáo | | 디자이너 | nhà thiết kế |
| 직선 | đường thẳng | | 드레스 | váy áo/váy |
| 곡선 | đường cong/lượn | | 고전적이다 | tính cổ điển, |
| 약간 | hơi/một chút | | 현대적이다 | tính hiện đại |
| 격식 | cách thức | | 보편적이다 | tính phổ biến |
| 모양 | hình dạng | | 아름답다 | đẹp |
| 색/색깔 | màu/màu sắc | | | |
| 다양하다 | đa dạng | | | |
| 풍부하다 | phong phú | | | |

150

300

450

600

# 성인 한복 Hanbok của người lớn

**1**
문 : 여성 한복과 남성 한복은 어떻게 달라요?
답 : 여성 한복은 저고리와 치마, 남성 한복은 저고리와 바지로 구성되어 있어요.

**2**
문 : 남자와 여자 모두 두루마기를 덧입는 게 예의라고 들었는데 맞아요?
답 : 네, 맞아요.

**3**
문 : 남성과 여성의 저고리가 같아요?
답 : 저고리의 구성은 남성과 여성이 비슷하지만 그 길이와 각 부분의 배색에 차이가 있어요.

**4**
문 : 여성 한복은 통과의례 시에도 그렇게 입어요?
답 : 통과의례 시에는 의례복에 족두리, 비녀 등 여러 가지 장신구로 치장해요.

**5**
문 : 여성 한복의 특징은 무엇인가요?
답 : 여성복의 상의는 단정하고 하의는 풍성하게 하는 것이 특징이에요.

**6**
문 : 옛날에는 여성들이 어떻게 입고 외출했어요?
답 : 여성의 정숙미를 중시했던 옛날에는 외출할 때 머리에 쓰개치마나 장옷을 착용하여 얼굴과 몸을 가리도록 했어요.

**7**
문 : 그랬군요. 옛날 여성복에는 다양한 문양과 색깔이 있었던 것으로 아는데 어떤 특별한 의미가 있어요?
답 : 그 시대 사람들의 염원이 담겨 있지요.

**8**
문 : 어떤 염원이요? 더 자세히 가르쳐 주세요.
답 : 수복(壽福), 부귀다남(富貴多男) 등을 기원해요.

**9**
문 : 재미있네요. 그렇다면 수복을 기원할 경우에는 어떤 한복을 입어요?
답 : '다복'이나 '수복강녕'이 자수된 한복을 입어요.

**10**
문 : 만약에 부귀다남을 기원하려면 어떻게 하죠?
답 : 부귀를 상징하는 모란꽃무늬, 다남을 기원하는 포도무늬의 한복을 입어요.

친구와 같이 짝이 되어 대화하고 통역하십시오.

**1** Hỏi    Hanbok của nữ và nam khác nhau như thế nào?

Đáp    Hanbok của nữ gồm có áo và váy, Hanbok của nam có áo và quần.

**2** Hỏi    Có phải là cả nam và nữ đều phải mặc thêm áo choàng mới được coi là lịch sự không?

Đáp    Ừ, đúng vậy.

**3** Hỏi    Thế áo nam và nữ đều giống nhau chứ?

Đáp    Cấu trúc áo của nam và nữ nhìn chung là như nhau nhưng có sự khác biệt về chiều dài và cách phối màu ở các bộ phận của áo.

**4** Hỏi    Ngay cả trong lễ trưởng thành, người Hàn Quốc cũng mặc Hanbok nữ như thế à?

Đáp    Ở lễ trưởng thành, phụ nữ mặc lễ phục kèm theo các phụ kiện trang trí như mũ vành nữ, trâm cài đầu.

**5** Hỏi    Đặc trưng của Hanbok nữ là gì?

Đáp    Áo trang nhã, váy xòe rộng là đặc trưng của trang phục nữ.

**6** Hỏi    Ngày xưa, khi ra đường phụ nữ mặc như thế nào?

Đáp    Nghe nói, ngày xưa coi trọng vẻ đẹp đoan trang của phụ nữ nên khi ra ngoài họ thường mặc váy có khăn trùm đầu hoặc áo dài để che khuôn mặt và cơ thể.

**7** Hỏi    Thế à! Theo tôi biết thì y phục phụ nữ ngày xưa có hoa văn và màu sắc rất đa dạng. Điều đó có ý nghĩa đặc biệt nào không?

Đáp    Nó thể hiện ước nguyện của người dân thời đại đó.

**8** Hỏi    Là ước nguyện gì? Giải thích rõ hơn cho tôi đi.

Đáp    Đó là mong ước được hưởng phúc, giàu sang phú quí, nhiều con trai.

**9** Hỏi    Thú vị quá. Nếu vậy, khi mong hưởng phúc thì mặc Hanbok như thế nào?

Đáp    Mặc Hanbok có thêu chữ 'đa phúc' hoặc 'thụ phúc khang ninh' là được.

**10** Hỏi    Nếu cầu phú quí đa nam thì làm thế nào?

Đáp    Mặc Hanbok có hoa văn chùm nho là để cầu sinh được nhiều con trai, mặc Hanbok có hoa văn hoa mẫu đơn sẽ tượng trưng cho phú quí.

Luyện tập hội thoại và dịch nói theo cặp.

성인 한복

| 여성 한복 | Hanbok nữ |
|---|---|
| 남성 한복 | Hanbok nam |
| 바지 | quần |
| 서로 같다 | giống nhau |
| 거의 | hầu như |
| 차이가 없다 | không có khác biệt |
| 통과 의례 | lễ trưởng thành |
| 의례복 | bộ lễ phục |
| 족두리 | mũ vành nữ |
| 비녀 | cặp tóc/trâm cài đầu |
| 장신구 | đồ trang sức |
| 외출하다 | ra ngoài |
| 정숙미 | vẻ đẹp đoan trang |
| 존중하다 | tôn trọng |
| 머리 | đầu |
| 쓰개치마 | váy có khăn trùm đầu |
| 특별하다 | đặc biệt |
| 염원 | mong muốn |
| 기원하다 | cầu nguyện |
| 상징 | tượng trưng |
| 다남 | nhiều con trai |
| 부귀 | phú quí |
| 수복 강녕 | thụ phúc khang ninh |

| | | | |
|---|---|---|---|
| 문자 | văn tự/chữ | 다복 | đa phúc/nhiều phúc |
| 만약 | nếu | 자수 놓다/수놓다 | thêu |
| 포도 무늬 | hoa văn chùm nho | 자수되다 | được thêu |
| 구성되다 | được cấu tạo | 모란꽃 | hoa mẫu đơn |
| 두루마기 | áo khoác ngoài | 모란꽃 무늬 | hoa văn mẫu đơn |
| 예의 | lễ nghĩa | | |
| 예의를 갖추다 | có lễ nghĩa | | |
| 각부분 | các bộ phận | | |
| 배색하다 | phối màu | | |
| 차이 | chênh/khác biệt | | |
| 차이가 있다 | có sự khác biệt | | |
| 치장하다 | trang điểm | | |
| 상의 | áo (thượng y) | | |
| 하의 | váy/quần (hạ y) | | |
| 단정하다 | trang nhã/lịch sự | | |
| 풍성하다 | sung túc/đầy đủ | | |
| 장옷 | áo trùm | | |
| 착용하다 | mặc/đeo/đội | | |
| 외부 | bên ngoài | | |
| 문양 | mẫu hoa văn | | |
| 덧입다 | mặc/khoác thêm | | |
| 수복 | thụ phúc/có phúc | | |
| 부귀다남 | phú quí đa nam | | |

150

300

450

600

# 제24과

## 아동 한복 Hanbok của trẻ em

**1**
문 : 아동을 위한 한복이 있죠?
답 : 물론이죠.

**2**
문 : 그러면 아동 한복을 만들 때 유의 사항이 뭐예요?
답 : 어린 아이들을 위한 한복이니까 반드시 따뜻하게 만들어야 해요.

**3**
문 : 아이의 첫돌에는 밝은 색상의 옷을 입혀주는 것을 보았어요. 그게 전통적인 풍습이죠?
답 : 네, 아름다운 풍습이니 현재에도 지속되고 있어요. 그뿐만 아니라 누비 버선도 신게 해요.

**4**
문 : 궁금한 게 하나 있는데 '돌빔'이 뭐예요?
답 : 아, 돌빔은 돌날에 새로 마련한 옷과 신발을 갖추어 입히는 것을 말해요.

**5**
문 : 남자 아이의 돌빔은 어떻게 생겼어요?
답 : 남자 아이에게는 보라색 바지에 분홍 저고리를 입혀요. 그 위에 남색조끼, 색동 마고자나 두루마기를 입힌 후 남색 돌띠를 매 주고 복건을 씌워요.

**6**
문 : 여자 아이는요?
답 : 여자 아이에게는 빨간 치마에 색동저고리를 입히고 그 위에 색동마고자나 두루마기를 덧입혀요. 그리고 조바위를 씌우고 비단 실 띠를 매 줘요.

**7**
문 : 돌빔의 주머니에 무언가를 채워 준다고 들었는데 맞아요?
답 : 네, 보통 실과 동전을 넣어 줘요.

**8**
문 : 실은 뭘 의미해요?
답 : 무병장수를 뜻해요.

**9**
문 : 그러면 동전을 넣어 주는 건 아이가 커서 부유한 생활을 하기를 비는 건가요?
답 : 네, 맞아요.

**10**
문 : 돌빔에 정해진 수량이 있어요?
답 : 실은 보통 한 타래를 넣는데 동전은 일반적으로 세 개 정도 넣어요.

친구와 같이 짝이 되어 대화하고 통역하십시오.

**1**
Hỏi    Có Hanbok cho trẻ em chứ?
Đáp    Tất nhiên rồi.

**2**
Hỏi    Nếu vậy, cần lưu ý điều gì khi may Hanbok cho trẻ em không?
Đáp    Vì là Hanbok cho trẻ em nên phải may sao cho ấm áp.

**3**
Hỏi    Tôi từng thấy người ta mặc Hanbok có màu sáng cho em bé trong lễ đầy năm. Đó là phong tục truyền thống của người Hàn phải không?
Đáp    Đó là phong tục đẹp nên vẫn được duy trì đến tận bây giờ. Không chỉ có vậy, trẻ em còn đi cả hài thêu truyền thống nữa.

**4**
Hỏi    Tôi có một điều thắc mắc nữa, 'tolbim' là gì?
Đáp    À, tolbim là vào ngày tròn 1 tuổi, đứa trẻ sẽ được mặc áo mới và đi giày mới.

**5**
Hỏi    Thế tolbim của bé trai như thế nào?
Đáp    Bé trai được mặc quần màu tím, áo màu hồng, bên ngoài khoác áo gi lê màu lam, áo khoác nam kẻ nhiều màu hay áo khoác dài, thắt dây lưng xanh lam và đội mũ có đai thêu chữ.

**6**
Hỏi    Thế còn bé gái?
Đáp    Bé gái được mặc váy đỏ, áo có nhiều dải màu, mặc áo khoác nhiều màu hay áo khoác dài, đội khăn quấn đầu và buộc dải băng gấm.

**7**
Hỏi    Theo tôi biết, người Hàn thường bỏ nhiều thứ gì đó túi của tolbim, đúng không?
Đáp    Thường họ bỏ vào cuộn chỉ và đồng xu.

**8**
Hỏi    Cuộn chỉ có ý nghĩa gì?
Đáp    Để cuộn chỉ vào mong cho đứa trẻ khỏe mạnh, sống lâu.

**9**
Hỏi    Nếu vậy, khi bỏ đồng xu vào là mong cho đứa bé sau này có cuộc sống giàu có à?
Đáp    Ừ, đúng vậy.

**10**
Hỏi    Có qui định về số lượng đồ vật cho vào tolbim không?
Đáp    Chỉ thì thường bỏ vào 1 cuộn, còn tiền sẽ bỏ 3 đồng xu.

Luyện tập hội thoại và dịch nói theo cặp.

돌빔

| 아동 한복 | Hanbok trẻ em |
| -을/를 위하다 | vì ... |
| 중요하다 | quan trọng |
| 항상 | luôn luôn |
| 현재 | hiện tại |
| 과거 | quá khứ |
| 지속하다 | liên tục/tiếp tục |
| 지속되다 | được kế tiếp |
| 버선 | giày truyền thống Hàn Quốc |
| 누비 버선 | giày truyền thống |
| 신다 | đi (giày) |
| 신발 | giày |
| 입히다 | cho mặc |
| 남자 아이 | bé trai |
| 여자 아이 | bé gái |
| 색동 | kẻ nhiều màu |
| 마고자 | áo khoác nam |
| 가죽 띠 | dây da |
| 복건 | mũ có đai thêu chữ |
| 씌우다 | đội cho |
| 조바위 | khăn quấn đầu |
| 비단실 | sợi gấm |
| 동전 | đồng xu |

| | | | |
|---|---|---|---|
| 실 | chỉ/dây sợi | 주머니 | túi |
| 무병 장수 | vô bệnh trường thọ | 채우다 | cho đầy/làm đầy |
| 부유하다 | giàu có | 채워주다 | làm cho đầy |
| 고려하다 | suy xét/cân nhắc | 넣다 | để vào |
| 첫돌 | ngày đầy năm | 넣어주다 | cho vào |
| 색상 | màu sắc | 빌다 | cầu/mong |
| 밝다 | sáng | 일정하다 | nhất định |
| 입혀주다 | mặc cho | | |
| 풍습 | phong tục | | |
| 습관 | tập quán | | |
| 궁금하다 | tò mò | | |
| 돌빔 | quần áo mới nhân sinh nhật 1 tuổi | | |
| 돌날 | ngày sinh nhật tròn 1 tuổi | | |
| 새롭다 | mới | | |
| 새로 | mới | | |
| 마련하다 | chuẩn bị | | |
| 보라색 | màu tím | | |
| 분홍 | màu hồng phấn | | |
| 조끼 | áo gile | | |
| 가죽 | da | | |
| 매다 | buộc | | |
| 매 주다 | buộc cho | | |

150

300

450

600

# 제25과

## 한복의 미(美) Vẻ đẹp của Hanbok

**1**
문 : 다른 민족의 전통의상과 비교했을 때, 한복의 독특한 점이 뭐예요?
답 : 한복을 입어보면 그 구조가 매우 단순하고 크기에 여유가 있어요. 그래서 어떠한 체형의 사람에게도 풍성하게 잘 맞는 융통성을 지니고 있어요.

**2**
문 : 그렇지만 키가 작은 사람에게는 안 어울릴 것 같아요. 안 그래요?
답 : 그럴 수도 있지만 입는 사람에게 위엄과 우아함을 부여해 줘요. 그뿐만 아니라 한옥의 좌식 생활에도 적합하지요.

**3**
문 : 한복은 형태가 단순한데 어떻게 그런 미적 요소가 있을 수 있어요?
답 : 실은 그 단순한 형태 덕분에 입는 사람의 입음새에 따라 맵시가 드러나요. 입음새에 따라 생기는 주름에서 한복의 미를 볼 수 있어요.

**4**
문 : 제가 보기에는 한복에 풍성한 형태미가 있는 것 같아요. 이것도 독특한 점이죠?
답 : 그렇죠. 그 풍성한 형태미 덕분에 융통성이 있어 보이잖아요. 그래서 한복의 유동적인 선을 미적 요소로 활용하고 있어요.

**5**
문 : 입는 사람의 움직임에 따라, 혹은 외부의 영향에 의해 흔들리는 유연함이 미적인 특징이 되기도 하겠죠?
답 : 틀림없어요. 한복은 유연함을 선호해요.

**6**
문 : 한복에는 선과 곡선이 많이 드러나요. 여기에 특별한 이유가 있어요?
답 : 자연미를 존중한 선과 곡선은 한복의 아름다움을 드러내는 요소라 할 수 있어요.

**7**
문 : 한복의 곡선은 시대마다 다르게 나타났어요?
답 : 물론이죠. 시대에 따라 다른 모양으로 나타났어요. 조선 초기에는 자연스럽게 흔들리는 곡선으로, 조선 중기에는 둥근맛이 느껴지는 곡선으로 나타났다고 해요.

**8**
문 : 재미있어요. 그렇다면 조선 말기에는 어떻게 나타났어요?
답 : 조선 시대 말기에는 저고리의 도련, 배래, 깃, 섶 등에 구체적으로 표현된 곡선으로 나타났어요.

**9**
문 : 한복은 다른 이름도 있어요?
답 : 네, 한복은 '백의'라고 불리기도 해요. 한민족은 백의 민족이라는 용어가 생길 정도로 백색을 좋아해요.

**10**
문 : 그 이유가 뭐예요?
답 : 백색은 소색(素色 흰색)으로 불렸는데 가공하지 않은 소재 자체의 색으로서, 인공이 배제된 자연스러움이 있기 때문이에요.

친구와 같이 짝이 되어 대화하고 통역하십시오.

**1**
Hỏi Khi so sánh với trang phục truyền thống của các dân tộc khác, điểm độc đáo của Hanbok là gì?
Đáp Nếu mặc thử Hanbok, bạn sẽ thấy là cấu trúc áo rất đơn giản, có độ rộng thoải mái. Vì thế, Hanbok có tính linh hoạt, thích hợp với tất cả mọi người.

**2**
Hỏi Nhưng có vẻ không hợp với người có chiều cao khiêm tốn, phải vậy không?
Đáp Cũng có thể như vậy, nhưng nó lại khiến người mặc thêm vẻ uy nghi đĩnh đạc và thanh lịch. Không chỉ vậy, bộ trang phục còn phù hợp với phong cách sinh hoạt ngồi của nhà truyền thống Hàn Quốc nữa.

**3**
Hỏi Kiểu dáng của Hanbok đơn giản mà sao vẫn đẹp nhỉ?
Đáp Thực ra thì chính kiểu dáng đơn giản đó giúp làm nổi bật đường cong của dáng người mặc. Dựa vào nếp sóng được tạo bởi dáng áo, có thể thấy được nét đẹp của Hanbok.

**4**
Hỏi Tôi thấy Hanbok có vẻ đẹp hình dáng rất đầy đặn. Đó cũng là nét độc đáo à?
Đáp Đúng rồi. Nhờ nét đẹp của kiểu dáng tròn đầy đó nên Hanbok mới có tính linh hoạt mà. Vì thế, những đường cong linh hoạt được sử dụng để tạo thành nét đẹp của Hanbok.

**5**
Hỏi Sự mềm mại uyển chuyển theo từng chuyển động của người mặc cũng là nét đẹp của Hanbok chứ?
Đáp Chính xác đấy. Người ta thích sự mềm mại của Hanbok.

**6**
Hỏi Hanbok có nhiều nét thẳng và đường cong. Ở đây có lý do đặc biệt nào không?
Đáp Có thể nói, các nét thẳng và đường cong tôn trọng vẻ đẹp tự nhiên là yếu tố thể hiện vẻ đẹp của Hanbok.

**7**
Hỏi Đường cong của Hanbok ở mỗi thời kì lại khác nhau à?
Đáp Tất nhiên rồi. Mỗi thời kì lại có một dáng vẻ khác. Thời kì đầu triều đại Choson là đường cong uyển chuyển tự nhiên, thời trung kì là đường cong tạo cảm giác tròn trịa.

**8**
Hỏi Hay nhỉ. Vậy vào cuối triều đại Choson, đường cong của Hanbok là như thế nào?
Đáp Cuối triều đại Choson, nét đẹp đó thể hiện bằng các đường cong cụ thể như phần xẻ tà áo trước của áo trên, phần dưới của ống tay áo, phần cổ áo xẻ trước ngực, phần nẹp thân áo.

**9**
Hỏi Hanbok có tên gọi khác không?
Đáp Có, Hanbok còn được gọi là 'Bạch y'. Dân tộc Hàn thích màu trắng đến mức còn có tên là 'dân tộc Bạch y' đấy.

**10**
Hỏi Lý do là gì thế?
Đáp Bạch sắc được gọi là Tố sắc (nghĩa là là màu trắng). Vì nó có ý nghĩa là màu nguyên bản, không pha trộn, cho thấy vẻ đẹp tự nhiên không nhân tạo.

Luyện tập hội thoại và dịch nói theo cặp.

## 여자 한복의 저고리 구성

**저고리 구조(앞)**

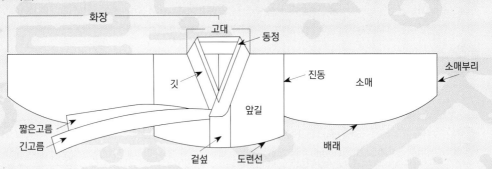

**저고리 구조(뒤)**

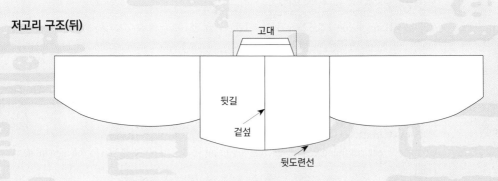

| 한복의 미 | vẻ đẹp của Hanbok | 윤곽선 | đường bao/nét khái quát |
|---|---|---|---|
| 모습 | hình dáng | 적합하다 | thích hợp |
| 드러나다 | cho thấy/lộ ra | 유연하다 | mềm mại |
| -과 비교하다 | so sánh với | 입는 사람 | người mặc |
| 입어보다 | mặc thử | 위엄하다 | uy nghiêm |
| 풍성하다 | đầy đủ/sung túc | 우아하다 | nhã nhặn |
| 잘 맞다 | rất hợp/vừa | 부여하다 | tạo cho/tăng thêm |
| 융통성 | tính linh hoạt | 시각 | thị giác |
| 지니다 | mang/có | 표현하다 | biểu hiện/biểu đạt |
| 어울리다 | hợp | 맵시 | dáng vẻ |

| | | | |
|---|---|---|---|
| -이/가 드러나다 | lộ ra | 미적이다 | tính đẹp |
| -를 드러내다 | làm lộ ra | 요소 | yếu tố |
| 주름 | nếp gấp | 착용자 | người mặc |
| -에 의하다 | dựa vào... | 입음새 | dáng áo |
| 부위 | bộ phận | 걸음새 | dáng đi |
| 혹은 | hoặc | 생김새 | vẻ ngoài |
| 흔들리다 | đu đưa/lay động | 유동적이다 | tính động |
| 유연함 | sự mềm mại | 미적 요소 | yếu tố/nét đẹp |
| 미적인 특징 | đặc trưng vẻ đẹp | 활용하다 | sử dụng |
| 발견하다 | phát hiện | 움직이다 | di chuyển |
| 발견되다 | được phát hiện | 틀리다 | sai |
| 부위 | bộ phận | 틀림없다 | không sai |
| 자연스럽다 | tính tự nhiên | 초기 | thời kì đầu |
| 표현되다 | được biểu hiện | 중기 | trung kì |
| 소색/흰색 | màu trắng | 말기 | thời kì cuối |
| 가공하다 | gia công/sản xuất | 도련 | phần xẻ tà áo trước |
| 소재 | chất liệu | 배래 | phần dưới của ống tay áo |
| 자체 | tự bản thân | 깃 | phần cổ áo xẻ trước ngực |
| 인공 | nhân tạo | 섶 | phần nẹp thân áo |
| 자연스러움 | vẻ tự nhiên | 백의 | bạch y/quần áo trắng |
| 단순하다 | đơn giản/đơn thuần | 백의 민족 | dân tộc áo trắng |
| 크기 | độ lớn | 용어 | thuật ngữ |
| ~마다 | mỗi/từng | 정도 | mức độ |
| 어떠하다 | như thế nào | 백색 | bạch sắc/màu trắng |
| 체형 | thể hình | 배제되다 | bị bài trừ |
| 키가 작다/~크다 | chiều cao thấp/cao | 배제하다 | bài trừ |

위의 대화를 참고하여 한복의 미에 대해 소개하는 글을 써보십시오.

150

300

450

600

# 제26과

## 한복 색의 의미 Ý nghĩa màu sắc của Hanbok

**1** 문 : 옛날에 한복이 여자의 신분을 나타냈다고 들었어요. 그게 사실이에요?
답 : 예, 맞아요. 고름의 색상이나 소매통 색상을 보면 여자의 신분을 알 수 있어요.

**2** 문 : 재미있네요. 어떻게 알 수 있나요?
답 : 서민층 여자의 저고리에는 회장을 넣을 수 없었어요. 그런데 양반 가문 여인들은 옷깃 및 곁마기, 끝동과 같은 색을 두른 삼 회장 저고리를 애용했다고 해요.

**3** 문 : 신분 차별이 그렇게 심했어요?
답 : 네, 그뿐만 아니라 치마 길이 또는 치마 색깔로도 신분을 알 수 있었어요.

**4** 문 : 신분에 따라 치마의 길이가 달랐다고요?
답 : 예, 서민이나 천민은 짧은 치마를 입었고 양반 계급에서는 긴 치마를 착용하였어요. 그러나 서민이라도 예식 때에는 긴 치마를 입을 수 있었다고 해요.

**5** 문 : 그런데 치마가 왜 길어야 돼요?
답 : 그 이유는 여성들은 다리를 노출하면 안된다고 생각했기 때문이에요.

**6** 문 : 같은 치마라도 옷을 여미는 방향에 따라 신분에 차이가 난다는 말을 들어본 적이 있어요.
답 : 네, 맞아요. 여염집 여자는 치마를 왼쪽으로 여몄어요. 그러나 기생들은 오른쪽으로 여몄어요. 그래서 당시 기생들은 '나는 언제쯤에 왼쪽으로 치마를 여며보나'하고 소원하였다고 해요.

**7** 문 : 한복의 전통적인 배색은 예의와 남녀의 구별과 귀천, 입는 이의 상황 등도 나타냈다는 말도 들었어요. 그렇게 복잡해요?
답 : 예, 신분과 관련된 한복의 색상은 음양오행설을 바탕으로 했어요.

**8** 문 : 어린이들은 보통 어떤 색을 입었어요?
답 : 어린이들과 처녀는 주로 다홍 치마에 색동 저고리나 노랑 저고리를 입었어요.

**9** 문 : 그렇다면 결혼한 후에는 다른 색을 입어야 해요?
답 : 예, 혼인을 올리고 난 뒤에는 저고리에 자주색 고름을 달아서 기혼녀임을 표시했어요. 만약 아들을 낳았다면 남색 끝동으로 이를 나타냈어요. 삼사십 대 여성들은 남색 치마에 연보라 색이나 옥색 저고리를 즐겨 입었어요.

**10** 문 : 신부는 다홍 치마에 연두 저고리를 입었죠?
답 : 네, 맞아요. 그런데 다홍 치마에 연두 저고리는 설이나 추석, 경사스러운 날의 옷차림이기도 했어요.

친구와 같이 짝이 되어 대화하고 통역하십시오.

**1**

Hỏi    Nghe nói ngày xưa, người ta có thể đoán được thân thế của người phụ nữ qua Hanbok. Điều đó đúng không?

Đáp    Ừ, đúng vậy. Nhìn màu của dây áo khoác hay màu của tay áo, có thể biết được thân thế người phụ nữ.

**2**

Hỏi    Hay thật đấy. Làm thế nào mà biết được?

Đáp    Áo của dân thường không pha màu vào thân áo trên. Còn giới quí tộc lại ưa dùng áo pha ba màu ứng với màu sắc của cổ áo, nách áo và cổ tay áo.

**3**

Hỏi    Phân biệt thân phận rõ đến vậy cơ à?

Đáp    Ừ. Không chỉ có vậy, nhìn độ dài hay màu sắc của váy cũng có thể biết được thân phận của người phụ nữ .

**4**

Hỏi    Ý cậu là, độ dài của váy cũng có sự khác biệt tùy theo thân phận của người phụ nữ ư?

Đáp    Ừ, người dân thường hoặc tầng lớp dưới đáy của xã hội phải mặc váy ngắn, quí tộc mặc váy dài. Nhưng, tôi cũng nghe nói là người dân thường có thể mặc váy dài vào những dịp lễ.

**5**

Hỏi    Nhưng, vì sao váy lại phải dài?

Đáp    Là vì người xưa cho rằng, phụ nữ không được phép để lộ chân.

**6**

Hỏi    Tôi từng nghe nói là, cho dù váy có giống nhau nhưng vẫn có sự khác biệt về thân phận tùy theo hướng chỉnh trang phục phải không?

Đáp    Ừ, con gái nhà dân thường thì sửa váy sang bên trái, kĩ nữ lại sửa váy sang bên phải. Thế nên, các kĩ nữ thời đó thường có ước mong là "Bao giờ tôi mới có thể sửa váy về bên trái đây".

**7**

Hỏi    Tôi cũng nghe nói là cách phối màu truyền thống của Hanbok thể hiện lễ nghi, phân biệt nam nữ, giàu nghèo và cả tình huống giao tiếp nữa. Phức tạp đến thế sao?

Đáp    Ừ, màu sắc của Hanbok có liên quan đến thân phận người mặc là do nó được phối màu dựa theo thuyết âm dương ngũ hành.

**8**

Hỏi    Thế trẻ em thường mặc màu gì?

Đáp    Trẻ em và con gái chưa chồng thường mặc váy đỏ, áo nhiều màu hoặc màu vàng.

**9**

Hỏi    Nói vậy là sau khi kết hôn phải mặc màu khác à?

Đáp    Ừ, sau khi kết hôn, người phụ nữ sẽ buộc thêm sợi dây màu đỏ tía ở áo để biểu thị mình là gái đã có chồng. Nếu sinh được con trai sẽ biểu thị bằng cổ tay áo màu lam. Nữ giới tầm tuổi 30 - 40 thường thích mặc váy màu lam cùng với áo trên màu tím hoặc màu ngọc.

**10**

Hỏi    Cô dâu thường mặc váy hồng với áo màu xanh vỏ đỗ phải không?

Đáp    Ừ, đúng thế. Nhưng váy hồng với áo màu xanh vỏ đỗ là trang phục không chỉ cô dâu mới, đó còn là trang phục phụ nữ Hàn Quốc mặc vào dịp Tết Nguyên đán, Rằm Trung thu và những ngày có hỷ sự.

Luyện tập hội thoại và dịch nói theo cặp.

## 저고리의 종류

**민저고리**

**삼회장저고리**

**반회장저고리**

**색동저고리**

| | |
|---|---|
| 신분 | thân phận |
| 고름 | dây áo khoác |
| 사실 | sự thực |
| 소매통 | chiều rộng tay áo |
| 색상 | màu sắc |
| 두르다 | quấn quanh/buộc |
| 삼회장 저고리 | áo pha màu (ở cổ áo, nách và dây buộc) |
| 애용하다 | ưa dùng |
| 차별하다 | phân biệt |
| 차별되다 | bị phân biệt |
| 신분차별 | phân biệt thân phận |
| 심하다 | nặng nề/nghiêm trọng |
| 옷깃 | cổ áo (phía trước) |
| 여미다 | chỉnh đốn/sửa sang |
| 방향 | phương hướng |
| 여염집 | nhà dân thường |
| 구별하다 | khu biệt |
| 구별되다 | được khu biệt |
| -과 관련되다 | liên quan đến |
| 음양 | âm dương |
| 오행 | ngũ hành |
| 다홍 | đỏ thẫm/đỏ đậm |

| | | | |
|---|---|---|---|
| 색동 저고리 | áo tay áo kẻ nhiều màu (áo trẻ em) | 기생 | kĩ nữ |
| 노랑 저고리 | áo màu vàng | 당시 | đương thời |
| 남색끝동 | cổ tay áo màu lam | 소원 | sở nguyện |
| 30대 | lứa tuổi 30 | 귀천 | quí tiện/quí tộc và tiện dân |
| 추석 | Trung thu | 음양오행설 | thuyết âm dương ngũ hành |
| 설/설날 | Tết Nguyên đán | 바탕 | nền tảng/cơ sở |
| 서민층 | tầng lớp thứ dân | 혼인 | hôn nhân |
| 양반 | quí tộc | 혼인을 하다 | tổ chức kết hôn |
| 양반층 | tầng lớp quí tộc | 자주색 고름 | dây màu đỏ tía buộc ở áo |
| 가문 | gia môn | 달다 | đeo/đính/dính |
| 여인 | nữ nhân | 기혼녀 | phụ nữ đã kết hôn |
| 겨드랑 | nách | 연보라색 | màu tím |
| 배래 | ống tay áo | 옥색 저고리 | áo màu ngọc |
| 곁마기 | nách áo | 즐겨입다 | thích mặc |
| 끝동 | cổ tay áo | 연두 저고리 | áo màu xanh pha vàng/ áo màu xanh đậu |
| 천민 | tiện dân | | |
| 계급 | giai cấp | 경사스럽다 | lành/tốt |
| 예식 | lễ nghi/nghi thức | 옷차림 | ăn mặc/trang phục |
| 다리 | chân | | |
| 팔 | cánh tay | | |
| 노출하다 | lộ/hở | | |
| 노출되다 | bị hở/bị lộ ra ngoài | | |

위의 대화를 참고하여 한복 색의 의미에 대해 소개하는 글을 써보십시오.

450

600

# 제27과

## 전통 예복 Lễ phục truyền thống

**1**
문 : 한복의 역사는 언제부터 시작되었어요?
답 : 고구려, 백제, 신라의 삼국시대로부터 시작되었다고 전해지고 있어요.

**2**
문 : 한복은 많이 변화했어요?
답 : 시대에 따라 저고리 길이, 소매통 넓이, 치마폭이 약간씩 달라질 뿐이에요.
　　 큰 변화는 없었어요.

**3**
문 : 한복의 특징은 어떻게 돼요?
답 : 한복은 둥글고, 점잖고, 한국인의 얼을 담고 있어요.

**4**
문 : 한복은 무엇으로 만들 수 있나요?
답 : 주로 실크나 면, 모시로 만들어요.

**5**
문 : 신부의 복장은 어떻게 돼요?
답 : 신부는 정성스럽게 만든 외투를 입었는데 소매는 손을 완전히 가리도록 길게 했어요.

**6**
문 : 신부 복장은 궁중의 왕족들의 의상과 유사한 옷으로 하는데 신랑의 복장도 똑같아요?
답 : 조선 시대 궁중 최하위직 관료의 복장과 유사했다고 들었어요. 결혼은 일생의 가장 중요한
　　 행사이므로 신랑은 궁중 관료가 아니더라도 이 복장을 입는 것이 허용되었대요.

**7**
문 : 그러면 성복이라는 말은 무슨 뜻이에요?
답 : 성복은 정식으로 상복을 입는다는 뜻이에요.

**8**
문 : 한국에서는 상복을 따로 준비해야 돼요?
답 : 아니요. 상복은 따로 준비하지 않고 백색이나 흑색 한복을 입어요.

**9**
문 : 양복을 입을 때는요?
답 : 양복을 입을 때에는 검은 양복에 검은 넥타이, 검은 양말, 검은 구두로 하고 마포 상장을 가
　　 슴에 달거나 완장을 해요.

**10**
문 : 상복 입는 기간도 정해요?
답 : 예, 친척관계에 따라 3년, 1년, 9개월, 5개월, 3개월의 상복 입는 기간을 정하여 두었으나 오
　　 늘날은 그 기간을 정해 두지 않아요.

친구와 같이 짝이 되어 대화하고 통역하십시오.

**1** Hỏi Lịch sử của Hanbok bắt đầu từ khi nào?

Đáp Nghe nói là bắt đầu từ thời đại Tam Quốc gồm 3 nước Koguryo, Baekje và Shilla.

**2** Hỏi Hanbok có thay đổi nhiều không?

Đáp Theo từng thời kỳ, Hanbok chỉ khác đi một chút về độ dài của áo trên, độ rộng của tay áo và độ rộng của váy thôi. Thấy bảo cũng không thay đổi gì nhiều.

**3** Hỏi Đặc trưng của Hanbok là gì?

Đáp Hanbok có dáng tròn, thanh lịch, chứa đựng tâm hồn người Hàn Quốc.

**4** Hỏi Hanbok được may bằng chất liệu gì?

Đáp Hanbok chủ yếu được may từ vải sợi tơ hoặc sợi bông, sợi gai.

**5** Hỏi Trang phục của cô dâu như thế nào?

Đáp Cô dâu mặc áo khoác được may rất cầu kì, ống tay áo được may dài để có thể che hết bàn tay.

**6** Hỏi Trang phục của cô dâu trông giống như y phục của vương tộc trong cung, vậy trang phục của chú rể có giống thế không?

Đáp Tôi nghe nói là trang phục của chú rể giống với trang phục của chức quan thấp nhất trong cung của triều Choson. Kết hôn là sự kiện quan trọng nhất của đời người, nên chú rể dù không phải là quan lại nhưng vẫn được phép mặc trang phục này.

**7** Hỏi Thế seongbok có nghĩa là gì?

Đáp Seongbok có nghĩa là chính thức mặc đồ tang.

**8** Hỏi Ở Hàn Quốc, đồ tang phải chuẩn bị riêng phải không?

Đáp Không. Tang phục không chuẩn bị riêng mà chỉ cần mặc Hanbok màu trắng hoặc màu đen.

**9** Hỏi Thế lúc mặc âu phục thì sao?

Đáp Khi đó, mặc âu phục đen, đeo cà vạt đen, đi giày đen và cài băng tang đen ở ngực hoặc đeo băng tang ở tay.

**10** Hỏi Có quy định thời hạn mặc đồ tang phải không?

Đáp Ừ, tùy theo quan hệ họ hàng, ngày xưa có qui định thời gian mặc đồ tang là 3 năm, 1 năm, 9 tháng, 5 tháng, 3 tháng. Nhưng giờ không còn qui định đó nữa.

Luyện tập hội thoại và dịch nói theo cặp.

결혼예식복

| 역사 | lịch sử |
|------|---------|
| 고구려 | Koguryo |
| 백제 | Backje |
| 신라 | Shilla |
| 삼국시대 | thời đại Tam quốc |
| 큰 변화 | thay đổi lớn |
| 둥글다 | tròn |
| 점잖다 | đàng hoàng, lịch sự |
| 얼 | hồn |
| 담다 | chứa đựng |
| 완전하다 | hoàn toàn |
| 완전히 | một cách hoàn toàn |
| 궁중 | trong cung |
| 왕족 | hoàng tộc |
| 신랑 | chú rể |
| 일생 | một đời |
| 이혼하다 | li hôn |
| 행사 | sự kiện/lễ |
| 성복 | mặc đồ tang |
| 상복 | tang phục |
| 정식 | chính thức |
| 따로 | riêng |
| 양복 | âu phục |

| | | | |
|---|---|---|---|
| 검다 | đen | 허용하다 | cho phép |
| 까만색 | màu đen | 허용되다 | được phép |
| 마포 상장 | băng tang gai | 흑색 | màu đen |
| 가슴 | ngực | 넥타이 | cà vạt |
| 완장 | băng tang tay | 양말 | tất |
| 전하다 | truyền/chuyển | 구두 | giày da |
| 저고리 길이 | chiều dài áo | 정해두다 | định sẵn |
| 소매통 넓이 | độ rộng tay áo | 친척 | thân thích |
| 치마폭 | độ rộng váy | 친척 관계 | quan hệ họ hàng |
| 약간씩 | từng ít một | | |
| 실크 | lụa/tơ | | |
| 면 | sợi bông | | |
| 모시 | gai | | |
| 복장 | phục trang | | |
| 정성스럽다 | thịnh tình | | |
| 외투 | áo khoác | | |
| 똑같다 | giống | | |
| 최하 | thấp nhất | | |
| 최고 | cao nhất | | |
| 최하위직 | vị trí thấp nhất | | |
| 관료 | quan lại | | |
| 가장 | nhất | | |
| 복장을 입다 | mặc quần áo | | |

위의 대화를 참고하여 한국인의 예복에 대해 소개하는 글을 써 보십시오.

150

300

450

600

# 단어와 표현 리스트 (가나다순)

| | | | | |
|---|---|---|---|---|
| -고 싶다 | muốn | | 가옥 | nhà cửa |
| -고 싶어하다 | muốn (ngôi thứ ba) | | 가운데 | giữa |
| -과 관련되다 | liên quan đến | | 가을(추) | mùa thu |
| -과 비교하다 | so sánh với | | 가장 | nhất |
| -기 위하다 | vì/để | | 가정 | gia tộc |
| -끼리 | nhóm | | 가정집 | nhà dân |
| -대로 | theo... | | 가족 | gia đình |
| - (으)ㄹ 만하다 | đáng V | | 가죽 | da |
| - 을/를 드러내다 | làm lộ ra | | 가죽 띠 | dây da |
| -마다 | mỗi/từng | | 가지다 | có/mang |
| -만 | chỉ | | 가지런하다 | gọn gàng/ngay ngắn |
| -씩 | từng/mỗi | | 가지런히 | một cách gọn gàng |
| -에 달리다 | tùy theo/tùy thuộc vào | | 가혹하다 | hà khắc |
| -에 비하다 | so với | | 각각 | mỗi/từng |
| -에 의하다 | dựa vào... | | 각부분 | các bộ phận |
| -와/과 같이 | cùng với | | 각자 | mỗi người |
| -을/를 비교하다 | so sánh với | | 각종 | các loại |
| -이/가 드러나다 | lộ ra | | 간단하다 | đơn giản |
| -지 말다 | đừng | | 간을 하다 | nêm/tra/ướp gia vị |
| -을/를 끝내다 | kết thúc | | 간장 | xì dầu |
| -을/를 나타내다 | biểu đạt/biểu thị | | 간접 | gián tiếp |
| -이/가 끝나다 | kết thúc | | 간접적으로 | một cách gián tiếp |
| -이/가 나타나다 | biểu đạt/biểu thị | | 갈증 | chứng khát |
| -게 하다 | làm cho/khiến cho | | 갈증이 나다 | bị khát nước |
| -에 대하다 | về/đối với | | 감 | (quẻ ) khảm (nước) |
| | | | 감 | hồng |
| | | | 강렬하다 | mạnh mẽ |

## ㄱ

| | | | | |
|---|---|---|---|---|
| | | | 강원도 | tỉnh Gangwon |
| 가격 | giá cả | | 강하다 | mạnh mẽ |
| 가공하다 | gia công/sản xuất | | 갖추다 | có/mang |
| 가깝다 | gần | | 같다/똑같다 | giống |
| 가능성이 있다 | có khả năng | | 개량 | cải tiến/cách tân |
| 가능하다 | khả năng/có thể | | 개량 한복 | Hanbok cách tân |
| 가래떡 | bánh bột gạo | | 개수 | số lượng (cái/chiếc) |
| 가르다 | mổ/cắt | | 개인 | cá nhân/cá thể |
| 가르치다 | dạy/bảo | | 개최하다 | mở/khai mạc |
| 가리다 | che/chắn | | 거대하다 | to lớn |
| 가문 | gia môn | | 거래처 | nơi giao dịch |
| 가사 | lời bài hát, ca từ | | 거북선 | thuyền rùa |
| 가슴 | ngực | | 거세다 | mạnh |

| | | | | |
|---|---|---|---|---|
| 거의 | hầu như | 고기 | thịt |
| 건 | (quẻ ) càn (trời) | 고려하다 | suy xét/cân nhắc |
| 건강 | sức khỏe | 고름 | dây áo khoác |
| 건더기 | cái (thức ăn) | 고유 | cố hữu/vốn có |
| 건물 | tòa nhà | 고유 특징 | đặc trưng vốn có/đặc trưng dân tộc |
| 걷다 | đi bộ | 고전적이다 | tính cổ điển, |
| 걸리다 | tốn/mất (thời gian) | 고조선 | thời Choson cổ |
| 걸어다니다 | đi đi lại lại | 고집하다 | cố chấp |
| 걸음새 | dáng đi | 고추장 | tương ớt |
| 검다 | đen | 곡선 | đường cong/lượn |
| 검정색 | màu đen | 곡조 | giai điệu, nhạc |
| 겉 | bên ngoài | 곤 | (quẻ ) khôn (đất) |
| 겨드랑 | nách | 곳 | nơi/chỗ |
| 겨울(동) | mùa đông | 공간 | không gian |
| 격식 | cách thức | 공과금 | các khoản thuế/phí |
| 견뎌내다 | trải qua/vượt qua | 공기 | không khí |
| 견디다 | kiên trì | 공동체 | cộng đồng |
| 결정하다 | quyết định | 공동취사구역 | khu nấu ăn chung |
| 결혼식 | lễ thành hôn/lễ cưới | 공무원 | cán bộ nhân viên |
| 결혼잔치 | tiệc cưới | 공부하다 | học (nghiên cứu) |
| 결혼하다 | kết hôn | 공식 행사 | sự kiện chính thức |
| 경건하다 | kính cẩn/nghiêm trang | 공식적이다 | tính chính thức |
| 경기도 | tỉnh Gyeonggi | 공인되다 | được công nhận |
| 경사스럽다 | lành/tốt | 공인하다 | công nhận |
| 경상남도 | tỉnh Gyeongsangnam | 공통점 | điểm chung |
| 경상북도 | tỉnh Gyeongsangbuk | 과거 | quá khứ |
| 경우 | trường hợp | 과언 | quá lời |
| 경제 | kinh tế | 과언이 아니다 | không phải là quá lời |
| 경주 | Gyeongju | 과일 | hoa quả |
| 경치 | cảnh vật | 과학 기구 | khí cụ khoa học |
| 경포대 | bãi biển Gyeongpodae | 관광지 | điểm du lịch |
| 계급 | giai cấp | 관대하다 | rộng lượng/bao dung |
| 계약 | hợp đồng | 관료 | quan lại |
| 계약금 | tiền hợp đồng | 광한루 | lầu Gwanghan |
| 계약을 맺다 | kí hợp đồng | 괘 | quẻ |
| 계약을 하다 | làm hợp đồng | 교통 | giao thông |
| 계절 | mùa | 교포 | kiều bào |
| 계획적이다 | tính kế hoạch | 구경하다 | ngắm/xem |
| 고개 | cổ | 구두 | giày da |
| 고구려 | Koguryo | 구별되다 | được khu biệt |

| | | | | |
|---|---|---|---|---|
| 구별하다 | khu biệt | | 근처 | gần/quanh đây |
| 구분되다 | được phân biệt | | 글 공부하다 | học chữ |
| 구분하다 | phân biệt | | 글자 | chữ |
| 구성되다 | được cấu thành | | 금방 | ngay/ngay lập tức |
| 구성하다 | cấu thành/cấu trúc | | 급하다 | gấp, vội |
| 구조 | cấu trúc/cấu tạo | | 기간 | thời gian/thời hạn |
| 구하다 | tìm/kiếm | | 기다리다 | đợi |
| 국 | món canh | | 기둥 | cột |
| 국그릇 | bát canh | | 기본적이다 | tính cơ bản |
| 국기 | quốc kì | | 기생 | kĩ nữ |
| 국물 | nước canh | | 기숙사 | kí túc xá |
| 국수 | món mì | | 기와 | ngói |
| 국호 | quốc hiệu, tên nước | | 기와 지붕 | mái ngói |
| 국화 | quốc hoa | | 기원하다 | cầu nguyện |
| 굴하다 | khuất phục | | 기초 | cơ sở |
| 궁금하다 | thắc mắc | | 기침 | ho |
| 궁중 | trong cung | | 기혼녀 | phụ nữ đã kết hôn |
| 귀천 | quí tiện/quí tộc và tiện dân | | 기후 | khí hậu |
| 귀하다 | quí | | 길다 | dài |
| 규모 | qui mô | | 길이 | độ dài |
| 규모가 작다 | qui mô nhỏ | | 김치 | kim chi |
| 규칙 | qui tắc | | 김칫국 | canh kim chi |
| 균형되다 | cân bằng/cân đối | | 깃 | phần cổ áo xẻ trước ngực |
| 그 다음/그 후 | sau đó | | 까만색 | màu đen |
| 그냥 | cứ thế | | 깨끗하다 | sạch sẽ |
| 그대로 | giữ nguyên như thế | | 꽃 구경 | ngắm hoa |
| 그래서 | vì thế | | 꿋꿋이 | mạnh mẽ |
| 그러나 | thế nhưng, nhưng | | 끓이다 | đun sôi |
| 그러면 | nếu thế/nếu vậy | | 끝동 | cổ tay áo |
| 그런데 | thế nhưng | | 끝없다 | liên tục/không ngừng |
| 그렇게 하면 | nếu như thế/nếu làm vậy | | | |
| 그렇다 | như thế | | **ㄴ** | |
| 그렇다면 | nếu nói vậy | | | |
| 그렇지만 | thế nhưng | | 나날이 | ngày càng |
| 그려져 있다 | được vẽ | | 나무 | cây/gỗ |
| 그릇 | bát | | 나오다 | xuất hiện |
| 그리다 | vẽ | | 나이 | tuổi |
| 그리워하다 | nhớ (ngôi thứ 3) | | 나이를 먹다 | thêm tuổi |
| 그립다 | nhớ | | 나중에 | sau này |
| 그뿐만 아니라 | không chỉ có vậy | | 나타내다 | biểu đạt, thể hiện |

| | | | |
|---|---|---|---|
| 난방 장치 | thiết bị sưởi | 농업 | nông nghiệp |
| 날마다 | mỗi ngày/hàng ngày | 농장 | nông trang |
| 날씨 | thời tiết | 농촌 | làng nông |
| 남기다 | để lại | 놓다 | để/đặt |
| 남부 | Nam bộ/phía nam | 누비 버선 | giày truyền thống |
| 남색 소매 | tay áo màu lam | 눈사람 | người tuyết |
| 남색 치마 | váy xanh lam | 눈사람을 만들다 | làm /đắp người tuyết |
| 남색 끝동 | cổ tay áo màu lam | 눈싸움하다 | chơi ném tuyết |
| 남성 | nam giới | 눈이 오다 | tuyết rơi |
| 남성 한복 | Hanbok nam | 느끼다 | cảm thấy/cảm nhận |
| 남성복 | quần áo nam | 늘다 | tăng |
| 남원 | Namwon | 늘어가다 | đang tăng |
| 남자 | con trai | | |
| 남자 아이 | bé trai | | |
| 남쪽 | phía nam | **ㄷ** | |
| 남편 | chồng | | |
| 낮 | ngày | 다남 | nhiều con trai |
| 내 | trong | 다르다 | khác |
| 내걸다 | treo/móc | 다른 점 | điểm khác |
| 내려가다 | đi xuống | 다리 | chân |
| 내장산 | núi Naejang | 다물다 | ngậm |
| 냅킨 | khăn ăn | 다보탑 | Đa bảo tháp |
| 냉정하다 | lạnh lùng | 다복 | đa phúc/nhiều phúc |
| 널리 | (một cách) rộng | 다소 | ít nhiều |
| 널리 쓰이다 | được dùng rộng rãi | 다시 | lại |
| 넓다 | rộng | 다양하다 | đa dạng |
| 넓이 | độ rộng | 다음번 | lần sau |
| 넓적하다 | rộng lớn | 다치게 하다 | làm cho bị thương |
| 넣다 | cho vào | 다치다 | bị thương |
| 모서리 | góc | 다홍 | đỏ thắm/đỏ đậm |
| 넥타이 | cà vạt | 단순하다 | đơn giản/đơn thuần |
| 노란색 | màu vàng | 단위 | đơn vị |
| 노랑 저고리 | áo màu vàng | 단점 | nhược điểm |
| 노래가 불리다 | được hát | 단점이 없다 | không có nhược điểm |
| 노래방 | quán hát, quán karaoke | 단정하다 | trang nhã/lịch sự |
| 노인 | người già | 단풍놀이 | ngắm lá phong |
| 노출되다 | bị hở/bị lộ ra ngoài | 단풍놀이를 하다 | đi chơi ngắm lá phong |
| 노출하다 | lộ/hở | 단풍이 물들다 | lá phong đổi màu |
| 농가 | nông gia/nhà nông | 달 | mặt trăng |
| 농어촌 | làng nông và làng chài | 달다 | đeo/đính/dính |
| | | 달라지다 | trở nên khác/khác đi |

| | | | |
|---|---|---|---|
| 달리다 | chạy | 독 | độc |
| 닭 | gà | 독립 | độc lập |
| 닭죽 | cháo gà | 독립적으로 | một cách độc lập |
| 닳다 | mòn | 독서 | đọc sách |
| 담기다 | được chứa đựng | 독약 | độc dược |
| 담다 | chứa/đựng | 독이 되다 | trở nên độc/hóa độc |
| 담배 | thuốc lá | 독특하다 | độc đáo |
| 담배를 피우다 | hút thuốc lá | 돈 | tiền |
| 담아놓다 | có sẵn/chứa sẵn | 돈을 내다 | trả tiền |
| 당시 | đương thời | 돈을 맡기다 | giao tiền |
| 당연 | đương nhiên | 돈을 벌다 | kiếm tiền |
| 대강 | đại khái/qua loa | 돈을 보내다 | gửi tiền |
| 대답하다 | trả lời | 돈을 쓰다 | tiêu tiền |
| 대도시 | thành phố lớn | 돋다 | nảy, nhú |
| 대문 | cửa lớn | 돌 | đá |
| 대부분 | phần lớn/đại bộ phận | 돌날 | ngày sinh nhật tròn 1 tuổi |
| 대비하다 | đối phó/chuẩn bị | 돌려받다 | nhận lại |
| 대신하다 | thay/thay thế | 돌려주다 | trả lại |
| 대자연 | thế giới tự nhiên to lớn | 돌리다 | quay |
| 대접하다 | đãi/tiếp đãi | 돌벽 | tường đá |
| 대청 | sảnh lớn | 돌빔 | quần áo mới nhân sinh nhật 1 tuổi |
| 대추 | táo đỏ | 돌아오다 | trở về/quay về |
| 대표적이다 | tiêu biểu | 돌침대 | giường có hệ thống sưởi |
| 대표하다 | tiêu biểu/đại diện | 동물 | động vật |
| 대학생 | sinh viên | 동북쪽 | phía đông bắc |
| 대한 사람 | người Đại Hàn | 동아줄 | dây thừng/dây chão |
| 더 | Hơn | 동안 | trong thời gian |
| 더위 | cái nóng | 동양 철학 | triết học phương Đông |
| 더치페이 | chia ra trả | 동전 | tiền xu |
| 덕분 | nhờ/nhờ có | 동쪽 | phía đông |
| 덜 | Kém | 동해물 | nước biển Đông |
| 덥게 하다 | làm cho nóng | 동해안 | bờ biển Đông |
| 덥다 | Nóng | 된장 | tương |
| 덧입다 | mặc/khoác thêm | 두루마기 | áo khoác ngoài |
| 덮다 | đậy/phủ/lợp | 두르다 | quấn quanh/buộc |
| 도둑 | kẻ trộm | 둔하다 | đơ/đờ đẫn |
| 도련 | phần xẻ tà áo trước | 둔해지다 | trở nên chậm, lờ đờ |
| 도배를 하다 | dán tường | 둘러보다 | nhìn quanh/ngó nghiêng |
| 도장 | con dấu | 둥글다 | tròn |
| 도중/중 | trong/trong lúc | 뒤 | sau |

| | |
|---|---|
| 뒤적거리다 | đảo/trộn |
| 드러나다 | cho thấy/lộ ra |
| 드레스 | váy áo/váy |
| 들 | cánh đồng |
| 들어가다 | đi vào |
| 들어오다 | vào |
| 들어있다 | có/hàm chứa |
| 등산 | việc leo núi |
| 등산을 즐기다 | vui leo núi |
| 등산하다 | leo núi |
| 등장하다 | xuất hiện |
| 디자이너 | nhà thiết kế |
| 따뜻하다 | ấm áp |
| 따라하다 | làm theo |
| 따로 | riêng/tách biệt |
| 따르다 | theo |
| 따르다 | rót |
| 딸 | con gái |
| 땅 | mặt đất |
| 떠나다 | rời đi |
| 떡국 | canh t'eok/canh bánh gạo |
| 떡을 찌다 | nặn bánh gạo |
| 떨어지다 | rời/tách/cách |
| 똑같다 | giống |
| 뚜렷하다 | rõ rệt/rõ nét |
| 뜨겁다 | nóng |
| 뜨다 | xúc |
| 뜨다 | nổi lên/đứng lên |
| 뜻 | ý nghĩa |
| 띠 | dây/băng/dải |

**ㅁ**

| | |
|---|---|
| 마고자 | áo khoác nam |
| 마늘 | tỏi |
| 마당 | sân |
| 마련하다 | chuẩn bị |
| 마르다 | gầy/mảnh |
| 마르다 | khô, cạn |
| 마음 | tấm lòng /tâm trạng |

| | |
|---|---|
| 마지막으로 | cuối cùng |
| 마찬가지다 | tương tự |
| 마포 상장 | băng tang gai |
| 만남 | cuộc gặp |
| 만들다 | làm/ tạo ra |
| 만들어지다 | được làm/được tạo ra |
| 만리포 | bãi biển Malipo |
| 만약 | nếu |
| 많다 | nhiều |
| 말기 | thời kì cuối |
| 말씀하다 | nói (tôn trọng) |
| 말씀해주다 | nói cho (tôn trọng) |
| 맛 | vị |
| 맛없다 | không ngon |
| 맛있다 | ngon |
| 맞추다 | làm đúng/làm cho hợp |
| 매 주다 | buộc cho |
| 매년 | hàng năm |
| 매다 | buộc |
| 매달 | hàng tháng |
| 매우 | rất |
| 매주 | hàng tuần |
| 맥주 | bia |
| 맵시 | dáng vẻ |
| 머리 | đầu |
| 먹다 | ăn |
| 먹여주다 | cho ăn |
| 먹이다 | làm cho ăn |
| 먼저 | trước tiên/trước hết |
| 멀다 | xa |
| 멀리 | một cách xa |
| 멋지다 | đẹp, tuyệt vời |
| 면 | mì/miến |
| 면 | sợi bông |
| 면적 | diện tích |
| 명 | người (đơn vị đếm) |
| 명소 | địa danh nổi tiếng |
| 명절 | lễ tết |
| 모란꽃 | hoa mẫu đơn |
| 모습 | hình dáng |

| | |
|---|---|
| 모시 | gai |
| 모양 | hình dạng |
| 모음 | nguyên âm |
| 모이다 | tụ tập/họp mặt |
| 모자 | mẹ con (mẫu-tử) |
| 목구멍 | họng |
| 몸 | người/thân thể |
| 몸에 좋다 | tốt cho thân thể |
| 무궁화 | hoa Mukung |
| 무난하다 | không có khó khăn/dễ |
| 무늬 | họa tiết, hoa văn |
| 무리하다 | vô lí/quá sức |
| 무병 장수 | vô bệnh trường thọ |
| 무슨 뜻 | nghĩa nào/nghĩa là gì |
| 무통장 입금증 | hóa đơn gửi tiền không có sổ |
| 묵다 | ở |
| 문 | cửa |
| 문양 | mẫu hoa văn |
| 문자 | văn tự/chữ |
| 문장 | câu |
| 문제가 생기다 | nảy sinh vấn đề |
| 문제가 없다 | không có vấn đề |
| 문제가 있다 | có vấn đề |
| 문화 | văn hóa |
| 묻다 | bám/dính |
| 물 | nước |
| 물론 | tất nhiên |
| 물시계 | đồng hồ nước |
| 물을 붓다 | cho nước/đổ nước |
| 물질 | vật chất |
| 미리 | trước |
| 미적 요소 | yếu tố/nét đẹp |
| 미적이다 | tính đẹp |
| 미적인 특징 | đặc trưng vẻ đẹp |
| 민가 | nhà dân |
| 민박 | homestay |
| 민속촌 | làng dân tộc |
| 민족 | dân tộc |
| 밑 | dưới |

## ㅂ

| | |
|---|---|
| 바꾸다 | đổi |
| 바닥 | nền/sàn |
| 바라다 | mong |
| 바람 | gió |
| 바람직하다 | nên/đáng mong muốn |
| 바로 | chính là |
| 바르다 | đúng/chuẩn |
| 바르다 | bôi/trát |
| 바른 글자 | chữ đúng/chữ chuẩn |
| 바른 소리 | tiếng chuẩn/âm chuẩn |
| 바지 | quần |
| 바탕 | nền tảng/cơ sở |
| 밖 | ngoài |
| 반사 | phản xạ |
| 반찬 | thức ăn |
| 반포되다 | được ban bố |
| 반하다 | mê/đắm say |
| 발 | chân |
| 발견되다 | được phát hiện |
| 발견하다 | phát hiện |
| 발명하다 | phát minh |
| 발음기관 | cơ quan phát âm |
| 발품을 팔다 | "bán hàng chân" = chịu khó đi |
| 밝다 | sáng |
| 밝히다 | làm rõ/làm sáng tỏ |
| 밤 | đêm |
| 밤 | hạt dẻ |
| 밥 | cơm |
| 밥공기 | bát cơm |
| 밥공기를 들다 | nâng bát/cầm bát lên |
| 밥그릇 | bát cơm |
| 밥을 떠서 먹다 | xúc cơm ăn |
| 밥을 사주다 | mời ăn cơm |
| 밥을 얻어먹다 | được mời ăn cơm |
| 밥을 지어먹다 | thổi cơm ăn |
| 방 | phòng |
| 방바닥 | sàn nhà |
| 방법 | phương pháp |

| | | | |
|---|---|---|---|
| 방식 | phương thức/cách thức | 복장 | phục trang |
| 방을 빌리다 | thuê/mượn phòng | 복장을 입다 | mặc quần áo |
| 방을 쓰다 | sử dụng phòng | 본뜨다 | mô phỏng |
| 방해를 받다 | bị cản trở/bị làm phiền | 볼 수 있다 | có thể thấy/có thể nhìn |
| 방해하다 | phương hại/làm cản trở | 봄 | mùa xuân |
| 방향 | phương hướng | 봄이 되다 | mùa xuân đến |
| 배 | lê | 부곡 | suối nước nóng Bugok |
| 배 | bụng | 부과하다 | đánh (thuế)/tính (thuế) |
| 배래 | phần dưới của ống tay áo | 부귀 | phú quí |
| 곁마기 | ống tay áo nách áo | 부귀다남 | phú quí đa nam |
| 배색 | sự phối màu | 부담되다 | ngại/khó nghĩ |
| 배색하다 | phối màu | 부대 시설 | trang thiết bị kèm theo |
| 배우다 | học (bản năng) | 부동산 | bất động sản |
| 배제되다 | bị bài trừ | 부딪히다 | va/đụng |
| 배제하다 | bài trừ | 부뚜막 | bếp gạch/bếp lò |
| 백두산 | núi Beakdu | 부분 | bộ phận |
| 백색 | bạch sắc/màu trắng | 부여하다 | tạo cho/tăng thêm |
| 백성 | dân chúng | 부위 | bộ phận |
| 백의 | bạch y/quần áo trắng | 부유 | sự giàu có |
| 백의 민족 | dân tộc áo trắng | 부유하다 | giàu có |
| 백제 | Backje | 부탁드리다 | xin nhờ (tôn trọng) |
| 버릇없다 | không có ý tứ/hỗn láo | 부탁을 받다 | nhận lời nhờ vả |
| 버리다 | vứt/ném đi | 북부 | Bắc bộ/phía bắc |
| 버선 | giày truyền thống Hàn Quốc | 북쪽 | phía bắc |
| 벗다 | cởi/bỏ ra/thay ra | 분위기 | bầu không khí |
| 벼 | lúa | 분홍 | màu hồng phấn |
| 벽 | tường | 불 | lửa |
| 벽면 | bề mặt tường | 불국사 | chùa Bulkuk |
| 변경하다 | thay đổi | 불리다 | được gọi |
| 변화하다 | biến đổi | 불리성 | tính gắn kết/không tách rời |
| 볏집 | nhà mái rạ | 불을 때다 | nhóm lửa |
| 보다 | nhìn | 불편하다 | bất tiện |
| 보라색 | màu tím | 붉다 | đỏ |
| 보전하다 | bảo toàn | 비 | mưa |
| 보증금을 내다 | trả tiền đặt cọc | 비가 새다 | dột nước mưa |
| 보통 | bình thường/thường | 비교하다 | so sánh |
| 보편적이다 | mang tính phổ biến | 비녀 | cặp tóc/trâm cài đầu |
| 보호하다 | bảo hộ, bảo vệ | 비단실 | sợi gấm |
| 복건 | mũ có đai thêu chữ | 비롯하다 | bắt đầu/bắt nguồn |
| 복잡하다 | phức tạp | 비무장지대 | khu vực phi vũ trang |

| | | | |
|---|---|---|---|
| 비슷하다 | tương tự | 살아가다 | sống |
| 비싸다 | đắt | 살펴보다 | xem xét |
| 비장하다 | bi tráng | 삶 | cuộc sống |
| 비타민 | vitamin | 삼계탕 | gà tần sâm |
| 빈 방 | phòng trống | 삼국시대 | thời đại Tam quốc |
| 빈곤 | nghèo khó | 삼회장 저고리 | áo pha màu (ở cổ áo, nách và dây buộc) |
| 빌다 | cầu/mong | 상 | bàn/mâm cơm |
| 빨간색 | màu đỏ | 상류층 | tầng lớp thượng lưu |
| 빨강 | màu đỏ | 상복 | tang phục |
| 뺏기다 | bị mất/bị giành | 상사 | cấp trên |
| 뺏다 | giành/cướp | 상위 | trên bàn |
| 뼈 | xương | 상의 | áo |
| 분 | chỉ | 상징 | tượng trưng |
| | | 상징하다 | tượng trưng |
| | | 상처 | vết thương |

## ㅅ

| | | 상처를 입다 | bị thương |
|---|---|---|---|
| | | 상황 | tình huống/hoàn cảnh |
| 사과 | táo | 새겨져 있다 | được khắc |
| 사다 | mua | 새기다 | khắc tạc |
| 사람 | con người | 새로 | mới |
| 사람 수 | số người | 새롭다 | mới |
| 사랑 | tình yêu | 새싹 | mầm/chồi |
| 사랑을 받다 | được yêu mến | 색깔/색 | màu sắc/màu |
| 사랑을 주다 | dành/cho tình yêu | 색동 | kẻ nhiều màu |
| 사랑채 | thư phòng | 색동 저고리 | áo tay áo kẻ nhiều màu (áo trẻ em) |
| 사랑하다 | yêu/yêu thương | 색상 | màu sắc |
| 사실 | sự thực | 생각하다 | suy nghĩ |
| 사양하다 | khách sáo/khách khí | 생기다 | xảy ra/trở nên |
| 사용되다 | được sử dụng | 생김새 | vẻ ngoài |
| 사용하다 | sử dụng | 생명력 | sức sống |
| 사원/회사원 | nhân viên công ty | 생선 | cá |
| 사전 | trước (sự việc) | 생선 가시 | xương cá |
| 사전 약속 | hẹn trước | 생활 | sinh hoạt |
| 사진 | ảnh | 생활 공간 | không gian sinh hoạt |
| 사항 | điều/khoản/nội dung | 생활 한복 | Hanbok đời thường |
| 사회 | xã hội | 생활복 | trang phục ngày thường |
| 사회 공간 | không gian xã hội | 생활비 | sinh hoạt phí |
| 사회적 모임 | cuộc gặp xã giao | 생활하다 | sinh hoạt |
| 사후 | sau (sự việc) | 서로 | với nhau/lẫn nhau |
| 살다 | sống | 서로 같다 | giống nhau |
| 살리다 | phát triển/hồi sinh | | |

| | | | |
|---|---|---|---|
| 서민 | thứ dân/dân thường | 손으로 들다 | nâng/cầm bằng tay |
| 서민층 | tầng lớp dân thường | 송광사 | chùa Songgwang |
| 서비스 | dịch vụ | 송이 | bông |
| 서비스가 나쁘다 | dịch vụ kém | 수고하다 | vất vả/cực nhọc |
| 서비스가 좋다 | dịch vụ tốt | 수리하다 | tu sửa/sửa sang |
| 서쪽 | phía tây | 수립되다 | được thành lập/thiết lập |
| 선 | đường | 수립하다 | thành lập/thiết lập |
| 선택하다 | lựa chọn | 수복 | thụ phúc/có phúc |
| 선호하다 | ưa thích/ưa chuộng | 수복 강녕 | thụ phúc khang ninh |
| 설/설날 | Tết Nguyên đán | 수안보 | suối nước nóng Suanbo |
| 설명하다 | giải thích | 수저 | thìa đũa |
| 설악산 | núi Seolak | 숙박 | trọ/ăn nghỉ |
| 설치되다 | được lắp đặt | 숙소 | chỗ ở, nơi ở |
| 설치하다 | lắp đặt | 숙식 | nơi ăn chốn ở |
| 성격 | tính cách | 순서 | thứ tự |
| 성별 | giới tính | 순수함 | sự thuần khiết |
| 성복 | mặc đồ tang | 순천 | Suncheon |
| 섶 | phần nẹp thân áo | 숟가락 | thìa |
| 세를 내다 | trả tiền thuê | 숟가락으로 뜨다 | xúc bằng thìa |
| 세대 | thế hệ | 술 | rượu |
| 세월 | tuế nguyệt, thời gian | 술을 권하다 | mời rượu |
| 세입자 | người thuê ở | 쉽다 | dễ |
| 소개하다 | giới thiệu | 스노보드 | trượt ván tuyết |
| 소규모 | qui mô nhỏ | 스스로 | tự mình |
| 소규모 시설 | công trình qui mô nhỏ | 스키 | trượt tuyết |
| 소금 | muối | 스트레스 | căng thẳng/stress |
| 소리가 나다 | phát ra tiếng | 습관 | tập quán |
| 소매 | tay áo | 시=때 | khi/lúc |
| 소매통 | chiều rộng tay áo | 시각 | thị giác |
| 소매통 넓이 | độ rộng tay áo | 시다 | chua |
| 소색/흰색 | màu trắng | 시달리다 | bị khổ/chịu khổ |
| 소원 | sở nguyện | 시설 | thiết bị/công trình |
| 소유자 | người sở hữu | 시원하게 하다 | làm cho mát |
| 소유하다 | sở hữu | 시원하다 | thoải mái/nhẹ nhõm/mát mẻ |
| 소재 | chất liệu | 시작하다 | bắt đầu |
| 소주 | rượu soju | 시장을 보다 | đi chợ |
| 소풍을 가다 | đi dã ngoại | 식물 | thực vật |
| 속 | bên trong | 식사 | bữa ăn |
| 속리산 | núi Sokri | 식사 대접 | mời ăn/đãi khách |
| 손 | tay | 식사 약속 | hẹn ăn |

# 단어와 표현 리스트 (가나다순)

| | | | | |
|---|---|---|---|---|
| 식사 예절 | phép tắc (trong) | | 쓰이다 | được dùng |
| 식사 중 | trong bữa ăn | | 씌우다 | đội cho |
| 식사 후 | sau khi ăn | | 씹다 | nhai |
| 식사문화 | văn hóa trong dùng bữa | | | |
| 식사비 | tiền ăn | | **ㅇ** | |
| 식사하다 | ăn/dùng bữa | | | |
| 신경 | thần kinh | | 아궁이 | bếp |
| 신경을 쓰다 | lưu ý/chú ý/lưu tâm | | 아내 | vợ |
| 신다 | đi (giày) | | 아니다 | không phải là |
| 신라 | (triều đại) Shilla | | 아동 한복 | Hanbok trẻ em |
| 신랑 | chú rể | | 아들 | con trai |
| 신문 | báo | | 아래 | dưới |
| 신문을 보다 | xem báo/đọc báo | | 아름답다 | đẹp |
| 신발 | giày | | 아마 | có lẽ |
| 신발을 벗다 | bỏ giày | | 아미노산 | axit – amin |
| 신부 | cô dâu mới | | 아직 | vẫn/chưa |
| 신분 | thân phận | | 아침 | buổi sáng/bữa sáng |
| 신분증 | giấy tờ tùy thân | | 안 | trong |
| 신분차별 | phân biệt thân phận | | 안방 | phòng khách |
| 신사임당 | Shin Sa Im Dang (tên hiệu) | | 안쪽 | bên trong |
| 신위 | bài vị | | 안채 | phòng trong/buồng trong |
| 실 | chỉ/dây sợi | | 앉다 | ngồi |
| 실내 | trong phòng | | 알뜰 | tiết kiệm |
| 실례되다 | thất lễ/bất lịch sự | | 알려주다 | cho biết |
| 실례하다 | thất lễ | | 암 | ung thư |
| 실외 | bên ngoài phòng | | 앞 | trước |
| 실크 | lụa/tơ | | 애용하다 | ưa dùng |
| 실패하다 | thất bại | | 약간 | hơi/một chút |
| 싫다 | chán/không thích | | 약간씩 | từng ít một |
| 싫어하다 | ghét/không thích | | 약속 시간 | giờ hẹn |
| 심하다 | nặng nề/nghiêm trọng | | 약속하다 | hẹn |
| 싸다 | rẻ | | 양 | dương |
| 싸다 | gói | | 양념 | gia vị |
| 싸우다 | đánh nhau | | 양말 | tất |
| 쌀 | gạo | | 양반 | quí tộc |
| 쌓다 | chồng/xếp lên nhau | | 양반층 | tầng lớp quí tộc |
| 썰다 | băm/thái | | 양보하다 | nhường/nhượng bộ |
| 쓰개치마 | váy có khăn trùm đầu | | 양복 | âu phục |
| 쓰다 | dùng | | 양성적이다 | tính dương |
| 쓰다 | đắng | | 양식 | dạng thức/mẫu |

| | | | |
|---|---|---|---|
| 양주 | rượu tây | 연구 결과 | kết quả nghiên cứu |
| 어느 | nào | 연구하다 | nghiên cứu |
| 어동육서(漁東肉西) | ngư đông nhục tây | 연두 저고리 | áo màu xanh pha vàng/áo màu xanh đậu |
| 어떠하다 | như thế nào | 연두색 | màu xanh vỏ đỗ |
| 어떻다 | như thế nào | 연락 | liên lạc |
| 어렵다 | khó | 연령 | tuổi/tuổi tác/lứa tuổi |
| 어른 | người lớn | 연령대 | lứa tuổi |
| 어리다 | nhỏ/bé | 연보라색 | màu tím |
| 어린 닭 | gà tơ/gà non | 연습하다 | luyện tập |
| 어린이 | trẻ em | 열 | nhiệt |
| 어업 | ngư nghiệp | 열을 뺏기다 | mất nhiệt |
| 어울리다 | hợp | 염원 | mong muốn |
| 어촌 | làng cá | 영수증 | hóa đơn/biên nhận |
| 얼 | hồn | 영수증을 받다 | nhận hóa đơn/nhận giấy biên nhận |
| 얼굴 | khuôn mặt | 영양 성분 | thành phần dinh dưỡng |
| 얼마 정도 | chừng bao nhiêu | 영양소 | chất dinh dưỡng |
| 얽어매다 | buộc chặt/quấn chặt | 영원히 | vĩnh viễn, mãi mãi |
| 업적 | thành tựu | 영향 | ảnh hưởng |
| 여기다 | coi/xem như | 영향을 미치다 | gây tác động/ảnh hưởng |
| 여러 | nhiều | 영향을 주다 | tác động/ảnh hưởng đến |
| 여러 가지 | nhiều thứ, nhiều cái | 예를 들다 | đưa ra ví dụ |
| 여럿이 | nhiều người | 예방하다 | dự phòng |
| 여름(夏) | mùa hè | 예식 | lễ nghi/nghi thức |
| 여름이 오다 | mùa hè đến | 예의 | lễ nghĩa |
| 여미다 | chỉnh đốn/sửa sang | 예의가 바르다 | lễ phép/đúng mực |
| 여성 | nữ giới | 예의를 갖추다 | có lễ nghĩa |
| 여성 한복 | Hanbok nữ | 예의범절 | lễ nghi phép tắc |
| 여성복 | quần áo nữ | 예의없다 | vô lễ |
| 여염집 | nhà dân thường | 예의있다 | lễ phép |
| 여유가 있다 | có sự thoải mái/rộng rãi/dư/rỗi | 예절 | lễ nghĩa/phép lịch sự |
| 여유있는 방 | phòng thừa | 옛 기록 | ghi chép cổ |
| 여유있다 | rảnh rỗi/dư dả | 옛날 | ngày xưa |
| 여인 | nữ nhân | 오늘 | hôm nay |
| 여자 | con gái | 오대산 | núi Odae |
| 여자 아이 | bé gái | 오래 | lâu |
| 여행가다 | đi du lịch | 오래되다 | được lâu |
| 여행객 | khách du lịch | 오른 편/오른쪽 | bên phải |
| 여행하다 | du lịch | 오피스텔 | căn hộ khép kín |
| 역사 | lịch sử | 오행 | ngũ hành |
| 역시 | cũng/quả thật | 옥색 저고리 | áo màu ngọc |

| | | | |
|---|---|---|---|
| 온돌 | lò sưởi | 원래 | vốn dĩ |
| 온돌 난방법 | phương pháp dùng hệ thống sưởi ontol | 원리 | nguyên lí |
| 온돌방 | phòng có hệ thống sưởi | 원칙 | nguyên tắc |
| 온양 | suối nước nóng Onyang | 원하다 | muốn |
| 온천 | suối nước nóng | 월세 | thuê nhà trả tiền theo tháng |
| 올라가다 | đi lên | 위 | trên |
| 옷깃 | cổ áo (phía trước) | 위기 | nguy cơ |
| 옷차림 | ăn mặc/trang phục | 위엄하다 | uy nghiêm |
| 완벽하다 | hoàn hảo/hoàn bích | 위치하다 | vị trí/ở |
| 완성하다 | hoàn thành | 유동적이다 | tính động |
| 완장 | băng tang tay | 유명하다 | nổi tiếng |
| 완전하다 | hoàn toàn | 유물 | di vật/di sản |
| 완전히 | một cách hoàn toàn | 유사점 | điểm tương đồng |
| 왕족 | hoàng tộc | 유사하다 | giống/tương đồng |
| 왜냐하면 | bởi vì | 유연하다 | mềm mại |
| 외 | Ngoài | 유의 사항 | những điều cần lưu ý |
| 외부 | bên ngoài | 유의하다 | lưu ý |
| 외세 | thế lực bên ngoài | 유학가다 | đi du học |
| 외식하다 | ăn ngoài | 유학생 | du học sinh |
| 외출하다 | ra ngoài | 유행하다 | thịnh hành/phổ biến |
| 외투 | áo khoác | 윤곽선 | đường bao/nét khái quát |
| 왼쪽/왼편 | bên trái | 융통성 | tính linh hoạt |
| 요리 솜씨 | tài nấu ăn | 은행 | ngân hàng |
| 요리사 | đầu bếp | 음 | âm |
| 요리하다 | nấu ăn | 음성적이다 | tính âm |
| 요소 | yếu tố | 음식 | đồ ăn/món ăn |
| 요즘 | dạo này/độ này | 음식값 | tiền ăn |
| 용도 | công dụng | 음식문화 | văn hóa ẩm thực |
| 용어 | thuật ngữ | 음식을 만들다 | nấu nướng |
| 용인 | Yongin | 음식을 만들어 먹다 | tự nấu ăn |
| 우아하다 | nhã nhặn | 음식을 먹다 | ăn (thức ăn) |
| 우주 | vũ trụ | 음식을 씹다 | nhai thức ăn |
| 운동하다 | vận động/thể dục | 음양 | âm dương |
| 운영하다 | vận hành/kinh doanh | 음양오행설 | thuyết âm dương ngũ hành |
| 운전하다 | lái xe | 음주 | uống rượu |
| 움직이다 | di chuyển | 음주 문화 | văn hóa uống rượu |
| 움직임 | sự chuyển động | 음주가무 | uống rượu ca múa |
| 웅대하다 | hùng vĩ | 의례 | nghi thức/nghi lễ |
| 원 | won | 의례복 | bộ lễ phục |
| 원 | vòng tròn | 의미/뜻 | ý nghĩa |

| | | | | |
|---|---|---|---|---|
| 의상 | y phục | 일생 | một đời |
| 의식 | ý thức | 일어나다 | dậy/đứng dậy |
| 의자 | ghế | 일어서다 | đứng lên/đứng dậy |
| 의하다 | dựa vào | 일정 기간 | thời gian nhất định |
| 이 | răng | 일정하다 | nhất định |
| 이겨내다 | vượt qua/chiến thắng | 임대 | thuê |
| 이기다 | thắng | 임대료 | tiền thuê |
| 이들 | những người này | 입는 사람 | người mặc |
| 이렇다 | như thế này | 입다 | mặc |
| 이루다 | hoàn thành/đạt được | 입술 | môi |
| 이르다 | đến/tới | 입어보다 | mặc thử |
| 이번 | lần này | 입에 넘기다 | cho qua/nuốt trôi |
| 이불 | chăn | 입을 가리다 | che miệng |
| 이불을 깔다 | trải chăn | 입을 다물다 | ngậm miệng/mím môi |
| 이사 날짜 | ngày chuyển nhà | 입음새 | dáng áo |
| 이사를 나가다 | chuyển đi | 입혀주다 | mặc cho |
| 이사를 하다 | chuyển nhà | 잊다 | quên |
| 이순신 장군 | tướng quân Yi Sun-sin | | |
| 이쑤시개 | tăm | **ㅈ** | |
| 이야기를 나누다 | chuyện trò/đàm đạo | | |
| 이야기하다 | nói chuyện | 자기 | tự mình |
| 이어가다 | tiếp nối, phát triển | 자다 | ngủ |
| 이열치열 | lấy nhiệt trị nhiệt | 자리 | chỗ |
| 이용하다 | lợi dụng/sử dụng | 자리를 뜨다 | đứng dậy/rời khỏi chỗ |
| 이유 | lí do | 자세히 | cụ thể/chi tiết |
| 이율곡 | Lee Yun Gok (tên) | 자수 놓다/수놓다 | thêu |
| 이혼하다 | li hôn | 자수되다 | được thêu |
| 익숙하다 | quen | 자신 | tự thân |
| 인공 | nhân tạo | 자연스러움 | vẻ tự nhiên |
| 인구 | dân số | 자연스럽다 | tự nhiên |
| 인기가 많다 | được ưa chuộng | 자유롭다 | tự do |
| 인기를 끌다 | hấp dẫn/thu hút | 자음 | phụ âm |
| 인물 | nhân vật | 자주색 | màu tím/đỏ tía |
| 인삼 | nhân sâm | 자주색 고름 | dây màu đỏ tía buộc ở áo |
| 일깨우다 | khơi dậy, đánh thức | 자체 | tự bản thân |
| 일반 농가 | nhà nông bình thường | 자취집 | nhà trọ (tự nấu ăn) |
| 일반적이다 | thông thường | 작동 원리 | nguyên lí vận hành |
| 일반화하다 | trở nên bình thường | 작동하다 | vận hành |
| 일상 | thường ngày | 잔 | chén |
| 일상 생활 | cuộc sống  hàng ngày | 잔금을 내다 | trả nốt tiền còn lại/thừa |

| | | | |
|---|---|---|---|
| 잔금을 주다 | đưa tiền thừa | 점 | điểm |
| 잔치 | tiệc | 점잖다 | đàng hoàng, lịch sự |
| 잘 맞다 | rất hợp/vừa | 접다 | gấp/gập |
| 잡다 | bắt/tóm | 접대하다 | tiếp đãi |
| 장단점 | ưu nhược điểm | 젓가락 | đũa |
| 장례 | tang lễ | 젓가락으로 집다 | gắp bằng đũa |
| 장수 | trường thọ | 정낭 | thanh chắn (bằng gỗ) |
| 장신구 | đồ trang sức | 정도 | mức độ |
| 장옷 | áo trùm | 정말 | thật sự |
| 장점 | ưu điểm | 정문 | cửa chính |
| 장치 | thiết bị | 정성스럽다 | thịnh tình |
| 재료 | nguyên liệu | 정숙미 | vẻ đẹp đoan trang |
| 재미동포 | kiều bào tại Mĩ | 정식 | chính thức |
| 재미있다 | thú vị/hay | 정신 | tinh thần |
| 재일 동포 | kiều bào tại Nhật | 정의하다 | chính nghĩa |
| 재채기가 나오다 | hắt hơi | 징하다 | định/quyết định |
| 저고리 | áo của hanbok/chogori | 정해두다 | định sẵn |
| 저고리 길이 | chiều dài áo | 정해지다 | được xác định/đặt ra |
| 저녁 | buổi tối/bữa tối | 제공하다 | cung cấp |
| 저렇다 | như thế kia/như thế ấy | 제도 | cơ chế/chính sách/phương thức |
| 저렴하다 | thấp | 제사 | cúng/lễ |
| 적게 들다 | tốn ít | 제외하다 | trừ/loại trừ |
| 적다 | ít | 제일 | nhất |
| 적당하다 | thích đáng/phù hợp | 제주도 | đảo Jeju |
| 적절하다 | phù hợp/vừa phải | 정제적이다 | tính kinh tế |
| 적합하다 | thích hợp | 조금 | một chút |
| 전국 | toàn quốc | 조끼 | áo gile |
| 전라남도 | tỉnh Jeonlanam | 조바위 | khăn quấn đầu |
| 전라북도 | tỉnh Jeonlabuk | 조선시대 | thời đại Choson |
| 전세 | thuê nhà dài hạn đặt cọc số tiền lớn | 조용하다 | yên lặng/yên tĩnh |
| 전 세계 | cả thế giới | 조율이시(棗栗梨柿) | táo uất lí thị |
| 전체 | toàn thể | 조화를 이루다 | tạo nên sự hài hòa |
| 전통 옷 | quần áo truyền thống | 조화롭다 | điều hòa/làm cho hài hòa |
| 전통 한복 | Hanbok truyền thống | 족두리 | mũ vành nữ |
| 전통적이다 | tính truyền thống | 존중하다 | tôn trọng |
| 전통집 | nhà truyền thống | 종류 | chủng loại/loại |
| 전하다 | truyền/chuyển | 종이 | giấy |
| 전화를 걸다 | gọi điện thoại | 좋아하다 | thích |
| 전화하다 | điện thoại | 좋은 일 | việc tốt |
| 젊은이들 | người trẻ/thanh niên | 좌식 | cách thức ngồi |

| | | | |
|---|---|---|---|
| 좌식 생활 | kiểu sinh hoạt ngồi | 질문을 던지다 | ra câu hỏi |
| 주거 | cư trú/nơi ở | 질문을 받다 | nhận câu hỏi |
| 주로 | chủ yếu | 질문하다 | hỏi |
| 주름 | nếp gấp | 집다 | gắp |
| 주머니 | túi | 집단 | nhóm |
| 주식 | lương thực chính | 집어 주다 | gắp cho |
| 주의하다 | chú ý | 집을 나가다 | dọn đi |
| 주택 | nhà ở | 집을 빌리다 | mượn nhà |
| 준비하다 | chuẩn bị | 집주인 | chủ nhà |
| 중 | trong lúc | 짜다 | mặn |
| 중개소 | trung tâm môi giới | 짜리 | mệnh giá |
| 중기 | trung kì | 짧다 | ngắn |
| 중심 | trung tâm | 찌개 | món kho |
| 중앙 | trung tâm/giữa | 찜질방 | phòng tắm hơi |
| 중요시하다 | coi trọng | | |
| 중요하다 | quan trọng | **ㅊ** | |
| 즐겨입다 | thích mặc | | |
| 즐기다 | vui vẻ/hưởng thụ | 차 | trà/chè |
| 지나가다 | đi qua | 차갑다 | lạnh |
| 지내다 | trải qua/sống | 차다 | lạnh |
| 지니다 | mang/có | 차단하다 | ngăn/ngăn chặn |
| 지다 | héo/rũ/rơi | 차려놓다 | đặt/bày sẵn |
| 지리산 | núi Jiri | 차례 | thứ tự/nghi thức |
| 지방 | địa phương | 차례상 | bàn bày đồ lễ |
| 지불하다 | trả/chi trả | 차를 마시다 | uống trà |
| 지붕 | mái nhà | 차별되다 | bị phân biệt |
| 지붕을 올리다 | lợp mái | 차별하다 | phân biệt |
| 지속되다 | được kế tiếp | 차이 | chênh/khác biệt |
| 지속하다 | liên tục/tiếp tục | 차이가 없다 | không có khác biệt |
| 지역 | khu vực | 차이가 있다 | có sự khác biệt |
| 지키다 | giữ | 차이점 | điểm khác biệt |
| 지폐 | tiền giấy | 착용자 | người mặc |
| 지혜 | trí tuệ | 착용하다 | mặc/đeo/đội |
| 직선 | đường thẳng | 참 모습 | hình dạng thực/dáng vẻ thật |
| 직위 | chức vụ | 찹쌀 | gạo nếp |
| 직장인 | nhân viên công sở | 창문 | cửa sổ |
| 직접 | trực tiếp | 찾아다니다 | đi tìm |
| 직접적으로 | một cách trực tiếp | 채우다 | cho đầy/làm đầy |
| 질문 | câu hỏi | 채워주다 | làm cho đầy |
| 질문에 답하다 | trả lời câu hỏi | 챙기다 | chuẩn bị sẵn/lưu ý |

| | |
|---|---|
| 처녀 | cô gái chưa chồng |
| 처리하다 | xử lí |
| 처음 | ban đầu |
| 처해 있다 | ở vào, rơi vào |
| 천민 | tiện dân |
| 천지인 | thiên-địa-nhân |
| 천천히 | từ từ/chầm chậm |
| 첫돌 | ngày đầy năm |
| 체질 | thể chất |
| 체형 | thể hình |
| 초가 | (nhà) lợp rơm/tranh |
| 초가 지붕 | mái rạ/mái tranh |
| 초기 | thời kì đầu |
| 초대말 | lời mời |
| 초대장 | giấy mời |
| 초대하다 | mời |
| 촘촘히 | một cách dày dặn |
| 최고 | cao nhất |
| 최근 | gần đây |
| 최하 | thấp nhất |
| 최하위직 | vị trí thấp nhất |
| 추석 | Trung thu |
| 추위 | cái lạnh/đợt lạnh |
| 추정되다 | được đoán/cho là |
| 출입 | ra vào |
| 춥다 | lạnh |
| 충청남도 | tỉnh Chungcheongnam |
| 충청북도 | tỉnh Chungcheongbuk |
| 취하다 | say |
| 취향 | khuynh hướng |
| 측우기 | máy đo lượng nước mưa |
| 치르다 | tổ chức |
| 치마 | váy |
| 치마폭 | độ rộng váy |
| 치장하다 | trang điểm |
| 친척 | thân thích |
| 친척 관계 | quan hệ họ hàng |
| 침략 | cuộc xâm lược |
| 침략하다 | xâm lược |

## ㅋ

| | |
|---|---|
| 커피를 타다 | pha cà phê |
| 컵 | cốc |
| 크기 | độ lớn |
| 크다 | to/lớn |
| 큰 변화 | thay đổi lớn |
| 키가 작다/~크다 | (chiều cao) thấp/cao |

## ㅌ

| | |
|---|---|
| 태극 문양 | vòng tròn thái cực |
| 태극기 | cờ Thái cực |
| 태양열 | nhiệt mặt trời/nắng |
| 태종 | vua Taejong |
| 택하다 | chọn |
| 텔레비전 | ti vi |
| 통과 의례 | lễ trưởng thành |
| 통금시간 | giờ giới nghiêm |
| 통풍 | thoáng gió/mát |
| 통하다 | thông/không tắc |
| 통학 | đi học |
| 특별하다 | đặc biệt |
| 특징 | đặc trưng |
| 특히 | đặc biệt |
| 틀리다 | sai |
| 틀림없다 | không sai |

## ㅍ

| | |
|---|---|
| 파랑 | màu xanh |
| 판단력 | khả năng phán đoán |
| 팔 | cánh tay |
| 팔다 | bán |
| 펜션 | nhà trọ cao cấp |
| 편리하다 | tiện lợi |
| 편의 시설 | trang thiết bị tiện ích |
| 편하다 | thoải mái |
| 평민 | dân thường |

| | | | | |
|---|---|---|---|---|
| 평상 | bình thường | 한국인 | người Hàn |
| 평상 시 | lúc bình thường | 한꺼번에 | liền 1 lần |
| 평일 | ngày thường | 한라산 | núi Hanla |
| 평화 | hòa bình/thái bình | 한민족 | dân tộc Hàn |
| 포도 무늬 | hoa văn chùm nho | 한반도 | bán đảo Triều Tiên |
| 포함되다 | được bao hàm | 한번 | một lần |
| 폭탄주 | rượu pha bia | 한복 | Hanbok/quần áo truyền thống Hàn Quốc |
| 표시되다 | được biểu thị | 한복의 미 | vẻ đẹp của Hanbok |
| 표시하다 | biểu thị | 한옥 | nhà truyền thống Hàn Quốc |
| 표현되다 | được biểu hiện | 한적하다 | vắng vẻ |
| 표현하다 | biểu hiện/biểu đạt | 한지 | giấy truyền thống Hàn Quốc |
| 품 | vòng tay | 한턱내다 | khao/đãi |
| 풍부하다 | phong phú | 함께 | cùng nhau/cùng với |
| 풍성하다 | sung túc/đầy đủ | 합천 | Hapcheon |
| 풍습 | phong tục | 항상 | luôn luôn |
| 풍요하다 | phong phú/giàu có | 해 | mặt trời |
| 피 | máu | 해결하다 | giải quyết |
| 피가 통하다 | máu lưu thông | 해방되다 | được giải phóng |
| 피다 | nở | 해방하다 | giải phóng |
| 피로하다 | mệt mỏi | 해소되다 | được giải tỏa |
| 피서지 | nơi nghỉ mát | 해소하다 | giải tỏa |
| 필요가 없다 | không cần thiết | 해수욕장 | bãi tắm |
| 필요가 있다 | cần thiết | 해시계 | đồng hồ mặt trời |
| 필요하다 | cần | 해외 | hải ngoại/nước ngoài |
| | | 해운대 | bãi biển Haeundae |
| | | 해인사 | chùa Haein |
| | | 행 | dòng, hàng |

## ㅎ

| | | | | |
|---|---|---|---|---|
| 하객 | khách mời | 행동 | hành động |
| 하느님 | Chúa trời | 행사 | sự kiện/lễ |
| 하늘 | bầu trời | 행위 | hành vi |
| 하늘 나라 | thiên giới | 허용되다 | được phép |
| 하숙비 | tiền phòng | 허용하다 | cho phép |
| 하숙생 | người ở trọ | 헤어지다 | chia tay |
| 하숙집 | nhà trọ (bao gồm bữa ăn) | 혀 | lưỡi |
| 하얗게 되다 | trở nên trắng | 현관 | hè/hiên |
| 하얗다 | màu trắng | 현대사회 | xã hội hiện đại |
| 하의 | váy/quần (hạ y) | 현대식 | kiểu hiện đại |
| 학 | con hạc | 현대적이다 | tính hiện đại |
| 학생 | học sinh | 현모양처 | hiền mẫu lương thê |
| 학자 이황 | học giả Lee Hwang | 현재 | hiện tại |

| | |
|---|---|
| 형식 | hình thức |
| 형태 | Kiểu dáng/dáng vẻ |
| 형태미 | nét đẹp |
| 호텔 | khách sạn |
| 혹은 | hoặc |
| 혼례 | hôn lễ |
| 혼인 | hôn nhân |
| 혼인을 하다 | tổ chức kết hôn |
| 혼천의 | kính thiên văn |
| 홍동백서(紅東白西) | hồng đông bạch tây |
| 화폐 | tiền tệ |
| 확인하다 | xác nhận |
| 환갑 | 60 tuổi |
| 환갑잔치 | tiệc mừng thọ 60 tuổi |
| 환경 | hoàn cảnh |
| 활동 | hoạt động |
| 활동하다 | hoạt động |
| 활용하다 | sử dụng |
| 회비를 걷다 | thu tiền liên hoan |
| 회식 | liên hoan |
| 회식비 | phí liên hoan |
| 효과 | hiệu quả |
| 훈민정음 | Huấn dân chính âm |
| 훌륭하다 | tuyệt vời |
| 휴가 | kì nghỉ |
| 휴가를 떠나다 | đi nghỉ |
| 휴식 | giờ nghỉ |
| 휴식을 즐기다 | hưởng thụ, nghỉ ngơi |
| 흑색 | màu đen |
| 흔들리다 | đu đưa/lay động |
| 흙 | đất |
| 흠 | khiếm khuyết |
| 흥이 많다 | cao hứng |
| 흰색 | màu trắng |
| 힘 | sức mạnh |

## 참고 문헌 Tài liệu tham khảo

### Tiếng Việt

1. Bộ văn hóa thể thao và du lịch (2012), Những điều bạn nên biết về Hàn Quốc, 한국의 어제와 오늘, Trung tâm quảng bá văn hóa hải ngoại, Bộ văn hóa thể thao và du lịch Hàn Quốc

2. Trần Thị Thu Lương (2016), Đặc trưng văn hóa Việt Nam, Hàn Quốc, tương đồng và khác biệt, Nxb Chính trị Quốc gia

3. Kim Choong Soon (2012), Kim chi và IT, Nghiêm Thị Bích Diệp & Vũ Ngọc Anh dịch, Gs.Nguyễn Hòa hiệu đính, Nxb Hội Nhà văn

4. Lee Gi Tae (2013), Tìm hiểu về văn hóa Hàn Quốc, Trần Thị Hường, Nguyễn Thị Nguyệt Minh, Phạm Hồng Phương dịch, Nxb ĐH QGHN

5. Hwang Gwi Yeon, Trịnh Cẩm Lan (2002), Tra cứu văn hóa Hàn Quốc, nxb Đại học Quốc gia Hà Nội

### Tiếng Hàn

6. 국립국어연구원 (2002), 우리 문화 길라잡이, 학고재

7. 김용범 (2000), 한국 전통 문화의 이해, 문학 아카데미

8. 박연수 (2003 ), 한국인의 지혜, 집문당

9. 정양완. 강신항 공저 (1986), 어느 가정의 예의범절, 문학예술사文學藝術社

10. 조한혜정 외 (2006), '한류'와 아시아의 대중문화, 문화연구 03, 연세대학교 출판부

11. Các bộ Giáo trình tiếng Hàn 1-6 trường Đại học Yonsei, Ewha, Korea, KyungHee...

### Các trang web

https://ko.wikipedia.org/wiki/

https://terms.naver.com

www.doopedia.co.kr

https://www.mois.go.kr

http://vietnam.korean-culture.org

https://thongtinhanquoc.com/

https://visitkorea.org.vn

http://korea.net

https://www.kcisa.kr/

http://study.korean.net

http://korean.visitkorea.or.kr

http://heritage.go.kr

http://www.liveinkorea.kr

https://www.tourchaua.net

http://saigonvina.edu.vn